நட்சத்திரக் கண்கள்

(சிறுவர் கதைகள்)

கொ.மா.கோ.இளங்கோ

NATCHATHIRA KANGAL (IN TAMIL)

Ko.Ma.Ko. Elango
Drawing: T.N.Rajan
First Published : November, 2018 | Second Print: February, 2023

BOOKS FOR CHILDREN
im print of Bharathi Puthakalayam
7, Elango Salai, Teynampet, Chennai - 600 018
Email: bharathiputhakalayam@gmail.com | www.thamizhbooks.com

நட்சத்திரக் கண்கள்

கொ.மா.கோ.இளங்கோ
ஓவியம்: டி.என்.ராஜன்

முதல் பதிப்பு: நவம்பர், 2018 | இரண்டாம் அச்சு: பிப்ரவரி, 2023

வெளியீடு:

புக்ஸ் ஃபார் சில்ரன்

பாரதி புத்தகாலயத்தின் ஓர் அங்கம்
7, இளங்கோ சாலை, தேனாம்பேட்டை, சென்னை - 600 018.
தொலைபேசி : 044 24332424, 24330024 விற்பனை: 24332924

7, இளங்கோ சாலை, தேனாம்பேட்டை, சென்னை 600 018.

விற்பனை நிலையங்கள்

அருப்புக்கோட்டை: *கதவுஎண் 49 A/4 மெயின் ரோடு, தெற்கு தெரு - 9994173551*
ஈரோடு: *39: 39 ஸ்டேட் பாங்க் சாலை - 9245448353* | **கரூர்:** *நாரத கானசபா அருகில் (TNGEA OFFICE)- 9442706676*
காரைக்குடி : *12, 2 வது தெரு, கம்பன் மணிமண்டபம் பின்புறம் - 9443406150*
கும்பகோணம்: *352, ரயில் நிலையம் எதிரில் - 9443995061* | **குன்னூர்:** *N.K.N வணிக வளாகம் பெட்போர்ட்*
கோவை: *77, மசக்காளிபாளையம் ரோடு, பீளமேடு - 8903707294*
சிதம்பரம்: *22A / 18B தேரடி கடைத் தெரு, கீழவீதி அருகில் - 9994399347*
செங்கல்பட்டு: *1 D ஜி.எஸ்.டி சாலை - 044 27426964* | **சேலம்:** *15, வித்யாலயா சாலை சாலை*
சேலம்: *பாலம் 35, அத்வைத ஆஸ்ரமம் சாலை 0427 2335952*
தஞ்சாவூர்: *காந்திஜி வணிக வளாகம் காந்திஜி சாலை - 9655542400*
திண்டுக்கல்: *பேருந்து நிலையம் - 9942331105, 9976053719*
திருச்சி: *வெண்மணி இல்லம், கரூர் புறவழிச்சாலை - 9994289492*
திருநெல்வேலி: *25A, ராஜேந்திரநகர் - 9442149981* | **திருப்பூர்:** *447, அவினாசி சாலை - 9486105018*
திருவண்ணாமலை: *முத்தம்மாள் நகர்* | **திருவல்லிக்கேணி:** *48, தேரடி தெரு - 9444428358*
திருவாரூர்: *35, நேதாஜி சாலை - 9442540543* | **நாகர்கோவில்:** *699 கே.பி.ரோடு R.V.புரம் - 9443450111*
நெய்வேலி: *பேருந்து நிலையம் அருகில், - 9443659147* | **பழனி:** *பேருந்து நிலையம் அருகில் - 7010760693*
பாண்டிச்சேரி : *கிழக்கு கடற்கரைச்சாலை, இலாசுப்பேட்டை, 9486102777*
பெரம்பூர்: *52, கூக்ஸ் ரோடு - 9444373716* | **மதுரை:** *37A, பெரியார் பேருந்து நிலையம் - 045 22324674*
மதுரை: *சர்வோதயா மெயின்ரோடு*
வடபழனி: *பேருந்து நிலையம் எதிரில் அடையார் ஆனந்தபவன் மாடியில் - 9444476967*
விருதுநகர்: *131, கச்சேரி சாலை - 0456 2245300* | **வேலூர்:** *பேஸ் III, சத்துவாச்சாரி - 9442553893*

நினைத்த நூல்கள்... நினைத்த நேரத்தில்... ☺ 8778073949

அச்சு : பிரிண்டெக், சென்னை 600 005.

குழந்தைமையின் குரல்

குழந்தைகள் உலகில் நேசமும் நம்பிக்கையும் கொட்டிக் கிடக்கின்றன. அன்பு என்னும் அற்புதக் கயிற்றால் அனைத்துலகை இணைத்துக் கட்டமுடியும் என்ற நுண்ணறிவு, குழந்தைகள் கற்றுத் தரும் பாடம். இந்தத் தொகுப்பில் உள்ள கதைகள், குழந்தை மனநிலை கொண்டு எழுதப்பட்டவை. குழந்தைகளால் தேர்வு செய்யப்பட்டுத் தொகுக்கப்பட்டவை. இவற்றில் சில, அற்புதங்கள் நிகழ்த்தும் கற்பனைக் கதைகள். சில அறிவியல் புனை கதைகள், சில சூழலியல் பாதுகாப்புத் தேவையைச் சுட்டுபவை. சிறுவர்கள் மனதுக்கு நெருக்கமானவை. கதை சொல்லிகளாகப் பெருகி வரும் அன்புக் குழந்தைகளுக்கு, இந்தக் கதைகள் பேருதவியாக இருக்கும். வாழ்த்துக்கள்!

அன்புடன்

கொ. மா. கோ. இளங்கோ

kelango_rahul@yahoo.com

0091-9003107012

நன்றி

மாயா பஜார் - தமிழ் இந்து

சுட்டி விகடன்

சிறுவர் மணி

துளிர்

கதை மந்திரம் கற்றுத்தரும் கதாசிரியர்

சமகால குழந்தை இலக்கியத்தில் புதிய தடங்களைத் தன்னுடைய படைப்புகளில் படைத்து வருபவர் கொ.மா.கோ. இளங்கோ. யதார்த்தத்தில் அதிபுனைவை மிகக் கச்சிதமாக கலந்து, அவர் எழுதிய 'மந்திரக்கைக்குடை', அறிவியல் புனைவு சிறார் நாவல் 'ஜிமாவின் கைபேசி', சொந்த வாழ்க்கை அனுபவத்தைக் கொண்டு எழுதிய வாழ்வியல் சித்திரமான 'சஞ்சீவிமாமா' என எல்லாவற்றிலும் புதிய பாதைகளைப் போடுகிறவர் கொ.மா.கோ. இளங்கோ.

குழந்தை இலக்கிய மொழிபெயர்ப்புப் படைப்புகளிலும் அவருடைய தேர்வு குறிப்பிடத்தக்கது. குழந்தைகள் வாசிப்பதற்கு ஏற்ற மொழிநடையும், கதை சொல்லும் பாணியும், அவரை குழந்தை இலக்கிய எழுத்தாளர்களில் முக்கியமானவராக மிளிரச் செய்கிறது. குழந்தை இலக்கியத்தில் எல்லாவிதமான சோதனை முயற்சிகளையும் செய்து புதிய, புதிய படைப்புகளை உருவாக்க வேண்டிய காலத்தில் இருக்கிறோம். சமகால குழந்தைகளின் மனநிலையையும் கணக்கில் எடுத்துக்கொண்டு எழுத வேண்டிய கட்டாயம். இன்னமும் காலத்துக்குப் பொருந்தாத முனிவர், சாபம், வரம், என்று பொருட்களை வைத்து எழுதத் தேவையில்லாத காலம்.

குழந்தைகளிடம், அறிவியல் பார்வையையும் கற்பனை வளத்தையும் மானுட அறத்தையும் வளர்க்கிற படைப்புகளை உருவாக்க வேண்டிய காலம். அப்படியான பல குறிப்பிடத்தக்க படைப்புகளை உருவாக்கியிருக்கிறார் கொ.மா.கோ. இளங்கோ. அதனாலேயே கொ.மா.கோ. இளங்கோ, சிறுவர் இலக்கியப் படைப்பாளிகளின் முன் வரிசையில் இருக்கிறார்.

- உதயசங்கர்

உள்ளே...

நீ என்ன ஆகப் போறே?

பாவலர் பாலர் பள்ளியில் ஏற்கெனவே பதினைந்து குழந்தைகள் படித்துக்கொண்டிருந்தார்கள். பதினாறாவதாகப் பள்ளியில் சேர்ந்தாள் மீனா.

"புதிதாக வந்திருக்கும் இந்த மாணவியின் பெயர் மீனா. ஒவ்வொருத்தரும் உங்க பேரைச் சொல்லி அறிமுகம் செய்ங்க பார்க்கலாம்" என்றார் ஆசிரியர்.

பதினைந்து பேரும் தங்களுடைய பெயரைச் சொல்லி அறிமுகம் செய்துகொண்டார்கள். இறுதியில் எழுந்தாள் மீனா. 15 பேரின் பெயர்களோடு தன்னுடைய பெயரையும் சொல்லிவிட்டு அமர்ந்தாள். ஆசிரியரும் சக மாணவர்களும் ஆச்சரியமாகப் பார்த்தார்கள்.

சிற்றுண்டி இடைவேளை நேரம் வந்தது. மாணவர்கள் வரிசையாக ஆசிரியரிடம் சென்றனர். அவர், ஆளுக்கு இரண்டு

பிஸ்கெட்கள் கொடுத்தார். எல்லோரும் சாப்பிட்டார்கள். ஆனால், மீனா மட்டும் தன்னுடைய பிஸ்கெட்களைச் சாப்பிடாமல், வால்ஆட்டிக்கொண்டிருந்த ஒரு நாய்க்குட்டிக்குக் கொடுத்தாள்.

"ஏன் மீனா, பிஸ்கெட்டை நாய்க்குக் கொடுக்கறே? பிடிக்கலையா?" என்று கேட்டார் ஆசிரியர்.

"நாய்க்குட்டியின் வயிறு ஒட்டிப் போயிருக்கு. அதான் பசியோட இருக்கும் நாய்க்குட்டிக்குச் சாப்பிடக் கொடுத்தேன் டீச்சர். எனக்குப் பசிச்சா உங்க கிட்ட கேட்கலாம், அது என்ன செய்யும் பாவம்" என்ற மீனாவின் பதிலைக் கேட்டு, அப்படியே நின்றுவிட்டார் ஆசிரியர்.

சிறிது நேரத்துக்குப் பிறகு, "நாய்க்குப் பசிக்கும்னு எல்லாம் உனக்கு யார் சொல்லிக் கொடுத்தது?" என்றார் ஆசிரியர்.

"நமக்குப் பசிக்கிற மாதிரிதானே நாய்க்கும் பசிக்கும். இது எனக்கே தெரியும்" என்றாள் மீனா.

உயிர் எழுத்துப் பாடத்தை ஆரம்பித்தார் ஆசிரியர்.

"இது என்ன எழுத்துன்னு சொல்லுங்க?"

ஒவ்வொருவரும் ஒவ்வொரு விதமாகப் பதில் அளித்தார்கள். மீனாவின் முறை வந்தது. 'அ' எழுத்தைக் காட்டினார் ஆசிரியர்.

"இது டாய் ஸ்டோரி திரைப்படத்தில வர்ற தொப்பைக் கரடி!"

வகுப்பறை முழுவதும் சிரிப்பொலி எழுந்தது. 'இ'யைப் பார்த்து, "இது, எங்க பார்வதி பாட்டி. இப்படித்தான் பாட்டி, சேலை முந்தானையைத் தலையில் போட்டுக்கிட்டு உட்காருவாங்க" என்றாள் மீனா.

'ஒ' எழுத்தைக் காட்டினார் ஆசிரியர். உடனே, "குட்டி யானையோட தலை" என்று சிரித்த மீனாவின் கற்பனை

வளத்தையும் திறமையையும் பார்த்து மகிழ்ச்சியடைந்த ஆசிரியர், கைதட்டி உற்சாகப்படுத்தினார்.

"நாளைக்குப் பள்ளிக்கு வரும்போது எல்லோரும் மறக்காமல் ஓர் இறகு கொண்டு வரணும்" என்று சொல்லிவிட்டு, மாணவர்களை வீட்டுக்கு அனுப்பி வைத்தார்.

மறுநாள் வகுப்பே கலகலப்பாக இருந்தது. காகத்தின் இறகைக் கொண்டுவந்திருந்தாள் கயல். தோட்டத்தில் கூடுகட்டி வசித்த மைனாவின் இறகை எடுத்துவந்திருந்தாள் மாதவி. பாட்டி வீட்டில் வளரும் சேவல் இறகைக் கொண்டு வந்திருந்தான் குணா. வாத்து இறகை வைத்திருந்தான் வருண். இறகை மறந்துவிட்டு வந்த மேகலா, பள்ளியில் வசித்த புறாவின் இறகைப் பத்திரப்படுத்தினாள்.

ஒவ்வொரு மாணவரின் இறகையும் பார்வையிட்ட ஆசிரியர், "மீனா, உன்னோட இறகு எங்கே? மறந்துட்டியா?" என்று கேட்டார்.

சற்றுப் பதற்றமடைந்த மீனா, பைக்குள் கைவிட்டுத் தேடினாள். எதுவும் கிடைக்கவில்லை. பென்சில் பாக்ஸைத் திறந்து பார்த்தாள். இறகைக் காணவில்லை.

"இறகு இல்லைன்னா பரவாயில்லை மீனா. நாளைக்குக் கொண்டு வா" என்று சொல்லிவிட்டுத் திரும்பினார் ஆசிரியர். கீழே பார்த்த மீனாவின் முகம் மலர்ந்தது.

"டீச்சர், இதோ நான் கொண்டுவந்த இறகு" என்று காட்டினாள்.

கண்ணுக்கே தெரியாத அந்தச் சிறிய இறகைப் பார்த்த ஆசிரியர் திகைத்துப் போனார். மாணவர்கள் எழுந்து மீனா அருகே வந்தார்கள். அது என்னவென்று ஒருவருக்கும் புரியவில்லை.

"என்ன மீனா, இது?"

"நேத்து சாயந்திரம் மழை பெய்யும்போது, எங்க வீட்டுத் திண்ணையில் ஒரு ஈசல் வந்து விழுந்தது. அதுக்கும் இறகு

இருந்தது. அதைத்தான் இப்போ கொண்டு வந்திருக்கேன் டீச்சர்!" என்றதும், சக மாணவர்கள் சிரித்தனர்.

"பறவைகள் பற்றிப் பாடம் எடுப்பதற்காக இறகுகளைக் கொண்டுவரச் சொன்னேன். நீ, ஈசல் இறகைக் கொண்டு வந்திருக்கீயே மீனா..." என்று ஆசிரியர் முடிப்பதற்குள் மீனா குறுக்கிட்டாள்.

"டீச்சர், நீங்க இறகுதான் கொண்டு வரச் சொன்னீங்க. பறவையின் இறகுன்னு சொல்லவே இல்லை. அதான் நான் ஈசல் இறகைக் கொண்டு வந்தேன்!"

"நீ சொன்னது சரிதான். நான் பறவை இறகுன்னு சொல்லலை. ஆனால் எல்லோரும் அதைத்தான் கொண்டு வந்திருக்காங்க. நீ வித்தியாசமாக யோசிக்கிறே மீனா. வெரி குட்" என்று பாராட்டினார் ஆசிரியர்.

இப்படி மீனா வந்ததிலிருந்து ஆசிரியருக்கும் மாணவர்களுக்கும் சுவாரசியத்துக்குப் பஞ்சம் இல்லாமல் இருந்தது.

அன்று மாலை, "நீங்க எல்லாம் பெரியவங்களான பிறகு என்னவாக ஆகப் போறீங்க என்று வரிசையாகச் சொல்லுங்க பார்க்கலாம்" என்றார் ஆசிரியர்.

"நான் போலீசாவேன்" என்றான் நகுலன்.

"ஏன் அப்படி நினைக்கறே?"

"அந்த சினிமாவில் எனக்குப் பிடிச்ச ஹீரோ போலீசா இருப்பார்" என்று சிரித்தான் நகுலன்.

அடுத்து பூஜா எழுந்து, "நான் டாக்டர். எங்க அம்மாவும் அப்பாவும் அதைத்தான் படிக்கச் சொல்லியிருக்காங்க" என்றாள்.

மீனா என்ன சொல்லப் போகிறாள் என்று ஆசிரியரும் மாணவர்களும் ஆவலுடன் பார்த்துக்கொண்டிருந்தனர்.

"பசிக்கிறவங்களுக்குச் சாப்பாடு கொடுக்குற மெஷினைக் கண்டுபிடிக்கப் போறேன்" என்று மீனா சொன்னதும் வகுப்பே சிரித்தது.

ஓடிவந்து மீனாவைக் கட்டிக்கொண்டார் ஆசிரியர்.

ஒரு நாள் மட்டும் உயிர் வாழுமா ஈசல்?

ஈசல்களால், காற்றை எதிர்த்துப் பறக்க முடியாது. காற்று வீசாத நேரத்தில், புற்றை விட்டு வெளியேறுகின்றன. பெரும்பாலும் இரவில்தான் பறக்கின்றன. இரவில் வெளியே செல்வதால், தன்னைப் பிடித்துச் சாப்பிடும் பிற உயிர்களிடமிருந்து பாதுகாத்துக் கொள்ளமுடியும். ஆனாலும், சில நேரங்களில் 80 சதவிகித ஈசல்கள், தவளை, பல்லி, ஓணான், உடும்பு போன்றவற்றுக்கு இரையாகின்றன. எஞ்சியவை, இறகுகள் உதிர்ந்து கீழே விழுகின்றன. உடனடியாக அவை, ஈர மண்ணைத் துளைத்துக்கொண்டு உள்ளே புகுந்து விடுகின்றன. இறகு உதிர்ந்து விழுகிற ஈசல்களைப் பார்த்துத்தான், அவற்றுக்கு 'அற்ப ஆயுள்', 'ஒரு நாள் மட்டும் உயிர்வாழும்' என்ற தவறான கருத்து பரவியுள்ளது. இவ்வாறு மண்ணுக்குள் புகுந்த ஈசல்கள், புதிய கறையான் காலனியை உருவாக்குகின்றன. ஈசலின் (ராணிகறையான்) ஆயுள்காலம் 12 ஆண்டுகள். வேலைக்காரக் கறையான்கள் 4 முதல் 5 ஆண்டுகள்வரை வாழ்கின்றன. இனி, ஈசல் ஒரே நாளில் இறந்து போகும் என்று யாராவது சொன்னால், அவர்களிடம் உண்மையைச் சொல்லுங்கள்!

வானத்தில் பறந்த பல்லி!

மூன்னொரு காலத்தில், 'ஸ்கைனோசரஸ்' என்ற பல்லி இனம் பூமியில் வாழ்ந்து வந்தது. ஸ்கைனோசரஸ் பல்லிகள் உருவத்தில் மிகவும் சிறியவை. ஓர் அங்குலம் மட்டுமே நீளமாக இருந்தன. சிறு சிறு பூச்சிகளையும் உண்ணிகளையும் உணவாக உண்டு வாழ்ந்து வந்தன.

ஒரு நாள், காட்டில் ஸ்கைனோசரஸ் இனத்தைச் சேர்ந்த ஒரு பல்லி தனியாகச் சுற்றிக்கொண்டிருந்தது. அதன் பெயர் லிச்சா. அது, ஒரு குறும்புக்காரப் பல்லி. மரங்களையும் மணல் பகுதியையும் சுற்றி இரை தேடிக்கொண்டிருந்தது. ஆனால், எங்கும் சிறு பூச்சிகூடக் கண்களுக்குத் தட்டுப்படவில்லை.

தட்டான்களும் பட்டாம்பூச்சிகளும் செடிகொடிகளைச் சுற்றிப் பறந்துகொண்டிருந்தன. மாலையில் சூரியன் மறைகிற நேரமாகியும் லிச்சா சாப்பிடவில்லை. பசி வயிற்றைக் கிள்ளியது. பசி மயக்கத்தில் களைத்துப்போன பல்லி, ஒரு மரத்துக்கடியில் தலை சாய்த்துப் படுத்துக்கொண்டது.

திடீரென்று கண் விழித்துப் பார்த்தபோது காடெங்கும் இருள். லிச்சா, சட்டெனத் தலையை உயர்த்திப் பார்த்தது. ஆயிரக்கணக்கான வெண்ணிறப் பூச்சிகள் வானத்தில் விளையாடிக்கொண்டிருந்தன. ஒன்றிரண்டு ஆகாயப்பூச்சிகள் தரையில் விழுந்தால் நன்றாக இருக்குமே என ஏக்கத்தோடு காத்திருந்தது பல்லி.

சில மணி நேரங்கள் கடந்தன. ஆகாயப் பூச்சிகளுக்காகக் காத்திருப்பதில் பயனில்லை என்ற முடிவுக்கு வந்தது பல்லி. அடுத்த சில நொடிகளில், ஓர் அழகான தட்டான் வந்து சேர்ந்தது. லிச்சா பல்லிக்கு அருகில் வந்த தட்டானைப் பார்த்து ஓர் உதவி கேட்டது.

"தட்டானே! வானத்தில் தெரியும் பூச்சிகளை நீ எனக்குப் பிடித்துத் தருகிறாயா? நான், அவற்றைச் சாப்பிட்டுப் பசியாறுவேன்" என்று ஆசையோடு கேட்டது.

"பல்லியே, உன்னிடம் இறகுகள் இருந்தால், நீயே வானத்துக்குப் பறந்து செல்லலாம் அல்லவா? சரி, கவலை வேண்டாம்" என்று பதிலளித்த தட்டான் மேலும் சொன்னது
-

"என்னிடம் நான்கு இறக்கைகள் உள்ளன. அதில் இரண்டு இறகுகளை உனக்கு இரவலாகத் தருகிறேன். இறகுகளை உன் முதுகோடு ஒட்டவைத்துக்கொள். நீ நினைத்த இடத்துக்கெல்லாம் பறக்கலாம்" என்ற தட்டான், இரண்டு இறகுகளை உடனடியாகக் கழற்றித் தந்தது.

தட்டான் செய்த உதவியை எண்ணி லிச்சா மகிழ்ந்தது. அதே நேரத்தில் இருவருக்கும் மத்தியில் நடந்த உரையாடலைக் கேட்டுக்கொண்டிருந்த ஒரு பட்டாம் பூச்சி அருகில் வந்தது. அழகான அந்தப் பட்டாம்பூச்சியும் பல்லிக்கு உதவியது.

"லிச்சா! வானத்தை நெருங்கக் நெருங்க குளிர் அதிகமாகும். மேகக்கூட்டங்களைக் கடந்து செல்வதற்குள், குளிரைத் தாங்க முடியாது" என்று அறிவுரை சொன்ன பட்டாம்பூச்சியின் பேச்சைக்கேட்டுக் கொஞ்சம் பயந்தது பல்லி.

"ஐயோ! நான் எப்படி வானத்துக்குப் போவேன்? சரியான வழி தெரிந்தால் சொல்லேன்" என்று பட்டாம்பூச்சியிடம் கேட்டது பல்லி.

"கவலைப்படாதே. நான், சற்று நேரத்துக்கு முன்புவரை லார்வா கூட்டில் தங்கியிருந்தேன். கூட்டுக்குள் வளர்ச்சி அடைந்து, பட்டாம்பூச்சியாக வெளியே வந்தேன். அந்தக் கூடு, என்னிடம் பத்திரமாக உள்ளது. நான் அதை உனக்குத் தருகிறேன். நீ அந்தக் கூட்டைப் பிரித்து, உடலைச் சுற்றிக் கவசமாக அணிந்து கொள். அது மிகவும் உறுதியானது. கடுமையான குளிரைக்கூடத் தாங்கும்" என்ற பட்டாம்பூச்சி, தன்னிடமிருந்த கூட்டைப் பல்லிக்குத் தந்து உதவியது.

பல்லி, பட்டாம்பூச்சிக்கு நன்றி சொன்னது. பறப்பதற்கு இறக்கையும் குளிர் தாங்கும் அங்கியும் கிடைத்து விட்டன. பல்லி, மிகுந்த மகிழ்ச்சி அடைந்தது. இனி பறக்கலாம் என்று தயாரான நேரத்தில், ஒரு கரும்புள்ளி வண்டு அங்கு வந்து சேர்ந்தது.

கரும்புள்ளி வண்டின் முதுகு, சிவப்பு நிறத்தில் இருந்தது. பாதி முந்திரிக்கொட்டையை முதுகில் கவிழ்த்தியது போல ஒரு ஓடு வைத்திருந்தது. சிவப்பு நிற ஓட்டுக்கு மேலே நிறைய கறுப்பு நிறப் புள்ளிகள் தெரிந்தன. பல்லியைப் பார்த்துப் பரிதாபப்பட்ட வண்டு பரிவோடு சொன்னது.

"வானத்தில் பறப்பது அவ்வளவு எளிதான காரியமில்லை. வானத்தில் பறப்பதென்றால், நீ தலைக்கவசம் அணிய வேண்டியது அவசியம். தலைக்கவசம் அணியாவிட்டால், நீல வானத்தில் முட்டி மோத நேரிடும். தலையில் காயம் உண்டாகும். என்னிடம், தேவையான ஓடுகள் உள்ளன. அதில் ஒன்றை உனக்குத் தருகிறேன். அதை நீ, தலைக்கவசமாக அணிந்து கொள். ஆகாயத்தில் எந்த விபத்தும் நேராமல் தப்பிக்கலாம்" என்றது.

"அப்படியே ஆகட்டும்" என்ற பல்லி, கரும்புள்ளி வண்டு தந்த ஹெல்மெட்டை வாங்கி அணிந்துகொண்டது.

கடைசியில், லிச்சா பல்லி பறக்கத் தயாரானது. நண்பர்கள் மூவரிடமிருந்தும் விடைபெற்ற பல்லி, மேலே தாவிப் பறக்கத் தொடங்கியது. ஆனால் அந்தப் பல்லி, ஒரு பெரிய மரத்தின் உச்சியைக்கூடத் தொடவில்லை. சீக்கிரம் களைத்துப்போனது. இறகை அசைக்கப் பழக்கமில்லாத பல்லியால் வானத்தை எப்படித் தொடமுடியும்? மரக்கிளையில் சோர்ந்து உட்கார்ந்த பல்லி, காடு முழுவதும் எதிரொலிக்கும்படி கத்தியது.

"ஐயோ! யாராவது என்னைக் காப்பாற்றுங்களேன்".

பெருமரத்தின் உச்சிக் கிளையில் உட்கார்ந்திருந்த பல்லியை, ஓர் ஆந்தை பார்த்துப் பரிதாபப்பட்டது.

"வா! சிறிது தூரம் வரை உனக்குத் துணையாக வருகிறேன். அதற்குள், நீ நன்றாகப் பறப்பதற்கான பயிற்சி பெற்று விடுவாய். பிறகு, நீ வானத்தை நோக்கிப் பறந்து செல். நானோ, பொந்துக்குத் திரும்பிவிடுவேன்" என்ற ஆந்தை தொடர்ந்து சொன்னது

"வானத்தைச் சென்றடைந்த மகிழ்ச்சியில் பூச்சிகளைத் தின்று பசியாறியவுடன் அமைதியாக இருந்துவிடாதே. அதில் சில பூச்சிகளை எனக்காகக் கீழே தள்ளிவிடு. நானும் எனது குடும்பமும், ஆகாயப் பூச்சிகளைச் சாப்பிட்டுப் பசியாற உதவி செய்" என்றது.

"சரி, அப்படியே ஆகட்டும்." என்ற பல்லிக்குத் துணையாக, ஆந்தை கொஞ்சத் தூரம் பறந்துவிட்டுத் திரும்பியது. ஆகாயத்தில் இறகசைக்கக் கற்றுக்கொண்ட லிச்சா, ஆந்தைக்கு நன்றி சொன்னபடி வானத்தை நோக்கிப் பறந்துபோனது.

ஆகாயத்தைச் சென்றடைந்த பல்லி, நட்சத்திரங்களுக்கு அப்பால் இருந்தபடி பூச்சிகளைப் பிடித்துச் சாப்பிட்டது. வயிறு நிறையப் பூச்சிகளைச் சாப்பிட்டதால், ஸ்கைனோசரஸ் பல்லியின் உடல் டைனோசரஸ் அளவுக்குப் பெரிதானது. கடைசியில், பூமிக்குத் திரும்பவழியில்லாமல் ஆகாயத்திலேயே தங்கிப்போனது.

பாவம் ஆந்தை! ஸ்கைனோசரஸ் பல்லி ஆகாயப் பூச்சிகளைக் கீழே தள்ளிவிடுமென்ற ஆசையில் காத்திருக்கிறது. ஆந்தைக்குத் துணையாக அதன் குடும்ப உறுப்பினர்களும் நம்பிக்கைதளராமல் இரவு முழுவதும் கண்விழித்திருக்கின்றன.

தட்டான்கள் தலைக்கீழாகப் பறக்குமா?

தும்பி அல்லது தட்டானின் *(Dragin Fly)* வயது 30 கோடி ஆண்டுகள். நான்கு இறக்கைகள், ஆறு கால்கள் உண்டு. இறக்கைகள் ஒளி ஊடுவக்கூடிய தன்மை பெற்றவை. தலையில்  மிகப் பெரிய கூட்டுக்கண்கள் உள்ளன. ஒவ்வொன்றும் *20,000 விழி வில்லைகளைக் (Lens)* கொண்டவை. தட்டான்களுக்குக் கால்கள் இருந்தும் நடக்க முடியாது. ஒரு பொருளைப் பற்றிக்கொள்ளத்தான் கால்களைப் பயன் படுத்துகின்றன. ஒரு நிமிடத்தில், ஆயிரம் தடவை இறகை அசைக்கும் திறன் பெற்றவை. உலகில், ஐயாயிரம் வகைத் தட்டான்கள் உள்ளன. ஆயுட்காலம், ஓர் ஆண்டு மட்டுமே. தட்டான்கள், தலைகீழோகப் புரண்டு பறக்கும் வித்தை கற்றவை. வானத்தில், இறகுகளை விரித்துவைத்து ஆடாமல் அசையாமல் நிற்கும் வல்லமையும் பெற்றவை. இடம் பெயரும் வழக்கம் உள்ளவை. பருவ நிலை மாற்றத்திற்கு ஏற்றபடி 12000 கி.மீ தூரம்வரை பயணித்துத் திரும்புகின்றன. வான் வெளியில் 3200 அடி உயரத்தில் பறக்கின்றன என்பது வியப்பூட்டும் செய்தி.

பல்லியின் அறுந்த வால் முளைக்குமா?

பல்லி, தனது வாலை பாதுகாப்புக் கருவியாக பயன்படுத்துகிறது. எதிரிகள் துரத்தும்போது, கவனத்தைத் திசைதிருப்பவும் தப்பிக்கவும் வாலைத் துண்டித்துக் கொள்கிறது. அந்தத் துண்டு வால், பசியோடு துரத்தி வரும் எதிரிக்கு இரையாகிறது. எதிரிக்கு உணவு தந்து உதவும் இயல்பு, பல்லிக்கு இயற்கை தந்த கொடை. வால் அறுந்தால் பல்லிக்கு வலிக்காது. துண்டான வால் 60 நாட்களுக்குள் மறுபடியும் வளர்ந்து விடும். பல்லிகளுக்கு நஞ்சு கிடையாது என்பது அறிவியல் உண்மை. 'டிரகோ' என்று அழைக்கப்படும் 'பறக்கும் பல்லி' மரம் விட்டு மரம் தாவக்கூடியது. அதன் முன்னங்கால் தசையில் உள்ள மெல்லிய சவ்வு, பாராசூட் போலப் பறக்க உதவுகிறது.'

பொம்மிக்குக் கிடைத்த பந்து

தமிழ்த்தாய்ப் பள்ளி கலையரங்கம். ஐந்தாம் வகுப்பு வரையிலான மாணவர்கள் திரளாகக் கூடியிருந்தார்கள். கலையரங்கநுழைவாயில், வண்ணபலூன்களால் அலங்கரிக்கப் பட்டிருந்தது.

பிரபல விண்வெளி வீராங்கனையின் வருகைக்காகக் காத்திருந்தார்கள். மாணவர்கள் மத்தியில் உற்சாகம் களைகட்டியது. கூட்டத்தில் யாரும், விண்வெளி வீரர்களை நேரில் சந்தித்ததில்லை. சிறப்பு விருந்தினரை வரவேற்க, ஆர்வத்துடன் காத்திருந்தார்கள்.

சிறிது நேரத்தில், அங்கு வந்துசேர்ந்த ஒரு சிறுமி மேடை ஏறினாள். அவள், பார்ப்பதற்கு அழகாகவும் வித்தியாசமாகவும் இருந்தாள். கூட்டத்துக்கு முன்னால் தோன்றிக் கையசைத்தாள். மாணவர்கள் கைதட்டி உற்சாக வரவேற்பு தந்தார்கள். ஒலிவாங்கியைப் பிடித்து 'வணக்கம்' சொன்ன சிறுமி பேசினாள்:

"என் பெயர் பொம்மி." என்று அறிமுகம் செய்து கொண்டவள், ஒரு புதிர் போட்டாள்.

"இந்த அரங்கில் கூடியிருப்பவர்கள் எத்தனைபேர் என்பது எனக்குத் தெரியும். சொல்லட்டுமா? 98 பேர்" என்றாள். அது, சரியாக இருந்தது.

அரங்கிலிருந்த எல்லோரும் ஆச்சரியம் அடைந்தார்கள். மறுபடியும் ஓர் அதிர்ச்சித் தகவலைப் பகிர்ந்தாள்.

"உங்கள் எல்லாருடைய பெயரும் மற்ற விவரங்களும் எனக்குத் தெரியும்."

எதிரிலிருந்தவர்கள், ஒரு கணம் திகைத்துப் போனார்கள்.

முன்வரிசையில் உட்கார்ந்திருந்த ஒருவனுக்கு சந்தேகம்.

"நான் யாருன்னு சொல்லிடு பார்க்கலாம்."

"வாழ்த்துக்கள் குணா! உனது தந்தை பெயர் திருவரசு. தாய், பரஞ்சோதி. நான்காம் வகுப்பு 'ஈ' பிரிவில் படிக்கிறாய். உனக்கு விருப்பப் பாடம் கணிதம். விருப்பமான விளையாட்டு கபடி. உனக்கொரு தங்கை இருக்கிறாள். பெயர் மல்லிகா. அவளுக்கு மூன்று வயதாகிறது." என்று எல்லாத் தகவல்களையும் மூச்சுவிடாமல் சொல்லி முடித்தாள்.

அரங்கில் கூடியிருந்தவர்கள், பொம்மியை வியப்போடு கவனித்தார்கள். அவளது அறிவுத் திறன் பலரை பொறாமை கொள்ளச் செய்தது.

ISRO
INDIA
भारत

மறுபடியும். பொம்மி பேசினாள்:

"முன்வரிசையில் அமர்ந்துள்ள மாணவர்களின் பெயரைச் சொல்லவா? சிராஜ், மாலதி, தங்கராஜ், தேவி, ரவி, ரமேஷ், தாஸ், காலத்தி, உத்ரா, சேகர்." என்றாள்.

என்ன ஆச்சரியம்! அவளென்ன மந்திரவாதியா? முகத்தைப் பார்த்தவுடன் முழுக்கதையைச் சொல்லி விடுகிறாள் என்பது புரியாமல், திகைப்போடு கவனித்தார்கள்.

ஐந்து நிமிட இடைவேளைக்குப் பிறகு, திரையில் ஒரு குறும்படம் திரையிடப்பட்டது. ஸ்ரீஹரிகோட்டாவிலுள்ள ராக்கெட் ஏவுதளம். ஏவுதளத்தில், ஒரு ராக்கெட் நிறுத்தி வைக்கப்பட்டிருந்தது. அதன் பெயர் 'தமிழ்ப் பாப்பா' என்று எழுதப்பட்டிருந்தது.

கண்காணிப்பு அறையில், விஞ்ஞானிகள் கணினி திரைகளைக் கவனித்தார்கள். 'கவுண்ட் டவுன்' எண்ணிக்கை தொடங்கி, விஞ்ஞானிகள் நிர்ணயித்த நேரம் முடிவடைந்தது.

ராக்கெட், நெருப்பைக் கக்கியபடி வானில் காற்றைக் கிழித்துக்கொண்டு பறந்தது. விண்வெளிப் பயணம் குறித்த உண்மைகளை, அந்தக் குறும்படம் விளக்கிச் சொன்னது.

விண்ணில் பாய்ந்துசென்ற ராக்கெட், இரண்டு துண்டுகளாக வெடித்துச் சிதறியது. ராக்கெட்டிலிருந்து பிரிந்த செயற்கைக்கோள், மாற்றுப் பாதையில் பயணித்தது. அதிலிருந்த பாராசூட்கள் விரிந்தன. செயற்கைக்கோளின் வேகம் படிப்படியாகக் குறைந்து சரியான இடத்தில் தரை இறங்கியது.

அதன் கதவுகள் திறக்கப்பட்டபோது, ஒரு சிறுமி வெளியே இறங்கினாள். யார் அவள் என்று தெரியுமா? கூர்ந்து கவனித்தீர்களா? மேடையில் இருக்கிறாளே, அதே பொம்மிதான்.

படத்தைப் பார்த்தவர்கள் குழப்பத்தில் இருந்தார்கள்.

அரங்கில் அமைதி நிலவியது. குறும்படம் நிறுத்தப்பட்டது. பொம்மி, ஓர் அதிர்ச்சி தரும் உண்மையைச் சொன்னாள்.

"நண்பர்களே! நான் ஒரு ரோபோ. தமிழக விஞ்ஞானி அன்பரசன் உருவாக்கிய இயந்திரச்சிறுமி. செவ்வாய் கிரகத்தில் மனிதர்கள் குடியேறுவதைப் பற்றி ஆராய, 'தமிழ்ப் பாப்பா' விண்கலம் விண்ணில் செலுத்தப்படும். அதில், நானும் பயணம் செய்யவிருக்கிறேன்."

கூட்டத்தில் எழுந்த கரவொலி, அரங்கம் முழுவதையும் அதிர வைத்தது.

"தமிழ்நாட்டில் உள்ள எல்லாப் பள்ளி மாணவர்களின் புகைப்படம், பெயர், விருப்பம் போன்ற தகவல்கள், என் இதயத்தில் உள்ள நினைவு வங்கியில் (*Memory bank*) பதிவுசெய்திருக்கிறார்கள். உங்களது முகத்தைப் பார்த்தவுடன், உங்களைப் பற்றிய விவரங்களை எளிதாகப் பகிர்ந்துகொள்ள முடிந்தது." என்றாள், பொம்மி. பள்ளி மாணவர்கள் பொம்மி சொன்னதைப் புரிந்துகொண்டார்கள்.

"ஆமாம்! என் இயந்திர இதயத்தில், நீங்கள் அனைவரும் குடியிருக்கிறீர்கள். உண்மையில் உங்களோடு சேர்ந்துதான், நானும் செவ்வாய் கிரகத்திற்குச் செல்லவிருக்கிறேன்" என்ற பொம்மி, நிம்மதிப் பெருமூச்சு விட்டாள்.

திடீரென்று, ஒரு சிறுவன் அழத்தொடங்கினான். பக்கத்தில் இருந்தவர்கள் சமாதானப் படுத்த முயற்சி செய்து தோற்றுப்போனார்கள். அந்தச் சிறுவன், பொம்மியைப் பார்த்துச் சொன்னான்.

"அக்கா! உங்கூடச் சேர்ந்து, என்னால செவ்வாய்க்கு வரமுடியாது. எங்க வீட்ல, ஆசையா வளர்க்கிற அணில் ஒண்ணு இருக்குது. அதைத் தனியா விட்டுட்டு வரமாட்டேன்." என்றான்.

பொம்மி பதில் பேசாமல் அமைதியாக நின்றிருந்தாள். அவனது வெகுளித்தனமான பேச்சு, பொம்மி என்ற இயந்திரத்தைச் சிந்திக்க வைத்தது.

உடனடியாக, அந்தச் சிறுவனின் அக்கா எழுந்தாள். மேடையில் ஏறினாள். பொம்மியின் கையில், ஏதோ ஒரு பொருளைத் திணித்தாள். பிறகு சொன்னாள்:

"பொம்மி! என் தம்பி வளர்க்கிற அணிலுக்கு கொய்யாப் பழம்னா ரொம்பப் பிடிக்கும். செவ்வாய் கிரகத்தில், கொய்யாப் பழம் கிடைக்குமான்னு தெரியாது. இந்த விதைப்பந்தை கூடவே எடுத்துட்டுப் போ. இதுக்குள்ள, கொய்யா விதை இருக்கு. சாணமும் செம்மண்ணும் கலந்து, கொய்யாவிதையை உருட்டி, நாஞ் செஞ்ச பந்து. செவ்வாயில இறங்கினவுடனே, இந்த விதைப்பந்தை வீசியெறி. என்னோட தம்பி, நிச்சயமா ஒரு நாள் செவ்வாய்க்கு வருவான். வீட்டில வளர்க்கிற அணிலையும் கூட்டிட்டு வருவான். அவன் வரும்போது, செவ்வாய் கிரகத்துக் கொய்யா மரம் பெருசா வளர்ந்திருக்கும்" என்று நம்பிக்கையோடு பேசி முடித்தாள்.

விதைப்பந்தைப் பெற்றுக்கொண்ட பொம்மி, மிகவும் மகிழ்ச்சி அடைந்தாள்.

அம்பிகாவின் கன்னத்தில் முத்தம் தந்துவிட்டு, அரங்கைவிட்டு வெளியேறினாள்.

விதைப்பந்து வீசி வனங்களைப் பெருக்குவோம்!

காடுகள் குறைந்து விட்டன. அதனால் மழை இல்லை, கடும் வறட்சி. நாடு முழுவதும் விதைப்பந்துகளை வீசுவதால், விரைவில் மிகப்பெரிய மாற்றத்தை உருவாக்கலாம். விதைப்பந்து என்பது செம்மண், களிமண், சாணம், இயற்கை உரம் கொண்ட கலவையால் உருவாக்கப்படும் உருண்டை. இதன் நடுவில், விதைகள் வைக்கப்பட்டிருக்கும். நீர்ச்சத்துடன் கூடிய விதைப்பந்துகள் ஓராண்டுவரை முளைப்புத் திறன் கொண்டதாக இருக்கும். இதிலுள்ள சாணம், நுண்ணுயிரிகளை உருவாக்கி செடியின் வேர், மண்ணுக்குள் எளிதில் நுழையும் வகையில் பக்குவப்படுத்திவிடும். பள்ளி மாணவர்கள், இயற்கையை நேசிப்பவர்கள் மத்தியில் விதைப்பந்தின் நன்மை பற்றிய விழிப்புணர்வு அதிகரித்து வருகிறது. இந்த மாதம் எத்தனை விதைப்பந்து வீசினேன் என்ற பட்டியல் என்னிடம் உள்ளது. குழந்தைகளே! நீங்கள் வீசிய விதைப்பந்துகள் பற்றிய குறிப்பெடுக்கத் தொடங்கலாம். அதிக விதைப்பந்து வீசியது யார்? என்ற போட்டியில் வெற்றியாளர் நீங்களாகத்தான் இருப்பீர்கள்.

இறக்கை கிழிந்த வண்ணத்துப்பூச்சி

காட்டில், பல வண்ணப் பூக்கள் பூத்துக் குலுங்கின. தேனீக்களும் வண்ணத்துப்பூச்சிகளும் பூந்தேனைச்சுவைப்பதில் தீவிரமாக இருந்தன. இந்தக் காட்சிகளை ரசித்துக்கொண்டே வந்தது, ஒரு குரங்கு.

திடீரென்று, மஞ்சள் வண்ண இறக்கைகளோடு ஒரு பெரிய வண்ணத்துப்பூச்சி குரங்கு அருகில் இருந்த செடியில் அமர்ந்தது.

'அடடா! இவ்வளவு அழகான வண்ணத்துப்பூச்சியை நான் இதுவரை பார்த்ததில்லை!' என்று நினைத்த குரங்கு, அடுத்த நொடி வண்ணத்துப்பூச்சியைப் பிடித்தது.

பயந்துபோன வண்ணத்துப்பூச்சி, வேகமாக இறக்கைகளை அடித்துப் பறக்க முயன்றது. அப்போது அதன் இறக்கையில் ஒன்று, இரண்டாகக் கிழிந்துவிட்டது.

வலியால் துடித்த வண்ணத்துப்பூச்சியைக் கண்டு குரங்குக்கு வருத்தமாகிவிட்டது. செய்வதறியாது திகைத்துப்போனது. ஆறுதல் சொன்னால் வண்ணத்துப்பூச்சியின் வலி நீங்குமா என்ற பதட்டம்.

"நான் உன்னைத் துன்புறுத்தும் நோக்கத்தில் பிடிக்கவில்லை. உன்னை அருகில் பார்க்க வேண்டும் என்பதற்காக யோசிக்காமல் பிடித்துவிட்டேன். என்னை மன்னித்துவிடு" என்று கெஞ்சியது.

"உன்னை மன்னித்தால், கிழிந்த என் இறக்கை மீண்டும் ஒட்டிவிடுமா? இனி நான் வாழ்நாள் முழுவதும் பறக்க முடியாதா? அப்படியென்றால் உணவு சேகரிக்கவும் முடியாது. இனி என் வாழ்க்கை அவ்வளவுதான்" என்று, கோபத்தில் படபடத்தது வண்ணத்துப்பூச்சி.

"மன்னிக்க முடியாத செயலை நான் செய்துவிட்டேன். உன்னை மீண்டும் பறக்க வைக்க ஏதாவது செய்கிறேன். அதுவரை இந்தச் செடியிலேயே அமர்ந்திரு. எங்கேயும் போய்விடாதே" என்றது குரங்கு.

"என்னால் எங்கே போக முடியும்? இங்கேதான் இருப்பேன்" என்றது வண்ணத்துப்பூச்சி.

ரீங்காரக் குரல் எழுப்பியபடி வந்துகொண்டிருந்த ஒரு தேனீயைப் பார்த்தது குரங்கு.

"தேனீ, எனக்கு ஒரு உதவி வேண்டும். சிறிது நேரத்துக்கு உன்னுடைய தேன் உறிஞ்சும் ஊசியை எனக்குக் கொடுக்க முடியுமா?"

"உன் கிட்ட கொடுத்துட்டு நான் என்ன செய்வது? என்னால் ஒரு நொடி கூட வேலை செய்யாமல் இருக்க முடியாது."

"வண்ணத்துப்பூச்சியின் இறக்கையைத் தைத்த உடனே திருப்பிக் கொடுத்துவிடுவேன்."

"நீ தையல் சிட்டுவிடம் கேள். அதுதான் அழகாகத் தைக்கும்" என்று பறந்தது தேனீ.

வழியில் சிலந்தியைக் கண்டவுடன், நூல் வாங்கிவிட முடிவெடுத்த குரங்கு, தன்னுடைய தேவையைச் சொன்னது. தனக்கான வலை பின்னுவதில் மும்முரமாக இருந்த சிலந்திக்கு ஒரே ஆச்சரியம். ஆனாலும், சிறிது நூலைக் கொடுத்து உதவிய சிலந்தி, "ஊசிக்கு என்ன செய்வாய்?" என்று கேட்டது.

"தையல் சிட்டுவிடம் நூலைக் கொடுத்தால் கிழிந்த இறக்கையைத் தைத்துவிடும்" என்று சொன்ன குரங்கு, தீவிரமாகத் தைப்பதில் ஈடுபட்டுக்கொண்டிருந்த தையல் சிட்டுவிடம் வந்தது. தனக்கு உதவும்படிக் கேட்டது.

"நான் இலைகளைத்தான் தைப்பேன். வண்ணத்துப்பூச்சியின் இறக்கையோ மிகவும் மென்மையானது. நான் தைத்தால் இன்னும் மோசமாகக் கிழிந்து விடலாம். ஒரு செயலைச் செய்துவிட்டு வருந்துவதற்குப் பதில், அந்தச் செயலைச் செய்யாமல் இருப்பதே நல்லது" என்று அறிவுரையும் வழங்கிவிட்டு, தைக்க ஆரம்பித்தது தையல் சிட்டு.

குரங்குக்கு என்ன செய்வதென்றே தெரியவில்லை. வருத்தத்துடன் அப்படியே உட்கார்ந்துவிட்டது. வீடு கட்டுவதற்காக மரத்தைக் கொத்திக்கொண்டிருந்த ஒரு மரங்கொத்தி, திரும்பிப் பார்த்தது. விஷயம் என்னவென்று கேட்டுத் தெரிந்துகொண்டது.

"வடக்குப் பக்கம் இருக்கும் ஒரு கருவேல மரத்தில் பிசின் வடிந்துகொண்டிருக்கிறது. நீ அந்தப் பிசினை எடுத்து கிழிந்த இறக்கையை ஒட்டிவிடு. தைக்கும் யோசனையை விட ஒட்டும் யோசனை நல்ல பலனை அளிக்கும். வண்ணத்துப்பூச்சியும் பழையபடி பறக்க ஆரம்பிக்கும்" என்றது மரங்கொத்தி.

"நன்றி மரங்கொத்தி. ஆனால் இந்த இருளில் நான் எப்படிக் கருவேல மரத்தைக் கண்டுபிடிப்பேன்?"

"மின்மினிகளே! இந்தக் குரங்கண்ணாவுக்கு உங்கள் உதவி தேவை. கொஞ்சம் வெளிச்சம் கொடுத்துவிட்டு வாருங்கள்" என்றதும், மின்மினிகள் மகிழ்ச்சியோடு கிளம்பின.

மரத்துப் பிசினை எடுத்துக்கொண்டு, வண்ணத்துப்பூச்சி இருந்த செடிக்கு வந்தது குரங்கு. கிழிந்த இறகுகளைச் சேர்த்துப் பசையால் தடவியது. சிறிது நேரத்தில் பசை காய்ந்து, இறகு பழையபடி ஒட்டிக்கொண்டது.

வண்ணத்துப்பூச்சி, மெதுவாக இறக்கையை அசைத்துப் பார்த்தது. பிறகு வேகமாக அடித்துப் பார்த்தது. சட்டென்று, ஒரு சுற்றுச் சுற்றி வந்து உட்கார்ந்தது. குரங்குக்கு நிம்மதியாக இருந்தது.

"வெளிச்சம் கொடுத்த மின்மினிகளுக்கும், இந்த யோசனை வழங்கிய மரங்கொத்திக்கும் என் நன்றியைத் தெரிவித்துக்கொள்கிறேன். வலியில் உன்னைத் திட்டிவிட்டேன். என்னைத் துன்புறுத்தும் நோக்கம் இன்றி, விபத்தாக நடந்த இந்த நிகழ்வை நினைத்து நீ வருந்தவேண்டாம். உன்னுடைய அன்புக்கும் உதவி செய்யும் எண்ணத்துக்கும் நன்றி. என்னைத் தேடுவார்கள். நான் வருகிறேன்" என்று வேகமாகப் பறந்து சென்றது வண்ணத்துப்பூச்சி!

மின்மினி ஒளிர்வது ஏன்?

மின்மினிப் பூச்சிகள் வால் நுனியில் விளக்கு எரிவதைப் பார்த்து வியக்கிறோம். 'லூசிஃபெரின்' (luciferin) என்ற இரசாயனக் கூட்டுப்பொருள், எரிபொருளாகப் பயன்படுகிறது. இது, மின்மினியின் ஒளியுமிழ் உறுப்பில் (light emitting organ) உள்ளது. இந்த லூசிஃபெரின், லூசிஃபெரெஸ் என்ற நோதியில் (enzyme) உள்ள உயிர்க்காற்று (oxygen), உயிரணுக்களில் (cells) உள்ள அடினோசைன் ட்ரைபாஸ்பெட் (adenosine triphosphate), மக்னீசியம் ஆகியவற்றுடன் சேரும்போது ஒளி உண்டாகிறது. இந்த வெளிச்சம் வெப்பத்தை வெளிவிடாது.

பிரேசில் பழங்குடிப் பெண்கள், கூந்தலில் மின்மினிகளைச் சூடிக்கொள்கிறார்கள்.

இலைகளைத் தைக்கும் தையல் கலைஞன்!

பெரிய இலை அல்லது இரண்டு மூன்று சிறிய இலைகளை ஒன்றாகச் சேர்த்துத் தைத்துக் கூட்டை உருவாக்கி விடும் தையல்சிட்டு (Tailorbird). இலையைச் சுருட்டி, இரண்டு பக்கங்களிலும் துளையிட்டு, நார் அல்லது சிலந்தி வலை நூல் கொண்டு, உள்ளும் புறமும் கோர்த்து வாங்கி, தையல் பிரியாமல் தைக்கும். ஒரு பை போன்ற அழகான, பாதுகாப்பான கூட்டைத் தயார் செய்துவிடும். பிறகு, அதில் பஞ்சுகளை வைத்து மெத்தை தயார் செய்து முட்டையிடும். ஆண் பெண் இரண்டு குருவிகளும் மாறி மாறி முட்டைகளை அடைகாக்கும்.

கோதையின் கதை முட்டைகள்!

கோதை, நிறைய கதைகளைச் சேகரித்து வைத்திருந்தாள். கதைகளைக் கேட்பதிலும் படிப்பதிலும் அளவுக்கு அதிகமாக ஆர்வம் காட்டுவாள்.

ஒரு நாள், கோதை ஏதோ மனக் குழப்பத்தில் இருந்தாள். சேகரித்து வைத்திருந்த கதைகளில் ஒன்று காணாமல் போய்விட்டது. அந்தக் கதை தொலைந்து போனதா, திருடு போனதா என்று தெரியாமல் தவித்தாள்.

கதை காணமல் போன காரணம் புரியாத புதிராகவே இருந்தது. சோகத்திலிருந்து மீள அவளுக்கு நீண்ட நேரமானது. கதையைத் தேடிக்கண்டுபிடித்தே தீரவேண்டும் என்ற முடிவில், வெளியே வந்தாள் கோதை.

சற்றுத் தூரத்தில், ஒரு கோழியைப் பார்த்தாள். கோதையைத் திரும்பிக்கூட பார்க்காத அந்தக் கோழி, கால்களால் நிலத்தைக் கிளறிக்கொண்டிருந்தது. எதையோ கொத்தி இழுக்க முயற்சி செய்துகொண்டிருந்தது. அதைப் பார்த்த கோதை, கோழியும் எதையோ தொலைத்துவிட்டது என்று நினைத்தாள்.

கோழியின் கதையும் காணாமல் போய் விட்டதா என்பதைக் கேட்பதற்காக அருகில் சென்றாள்.

"கோழியே, நிலத்தைக் கொத்திக் கொத்திப் புதையலையா தேடுறே?"

"ஆமாம் கோதை, நீ தொலைத்த புதையலைத்தான் தேடுறேன்" என்ற கோழியின் பதில், அவளுக்கு ஆச்சரியத்தைத் தந்தது.

"நான் எதையும் தொலைத்ததாக உன்னிடம் சொல்லவில்லையே?"

"என்னிடம் நீ எதையும் மறைக்க முடியாது கோதை. சில மணி நேரமாக, நீ ஒரு கதையைத் தொலைத்துவிட்டுத் தேடிக் கொண்டிருக்கிறாய் என்பது எனக்குத் தெரியும்" என்றது கோழி.

அதை கேட்ட கோதை, வியப்பில் ஆழ்ந்தாள். காணாமல் போன கதையைப் பற்றிக் கோழிக்கு எப்படித் தெரிந்தது? அவளது ஆர்வம் அதிகமானது.

"உனக்கு உதவி செய்ய வேண்டும் என்று தோன்றியது. அதனால்தான் மண்ணைக் கிளறி, காணாமல் போன உன் கதையைத் தேடுகிறேன்."

கோழி சொன்னதைத் கேட்டு, நம்பிக்கையோடு காத்திருந்தாள் கோதை.

பல மணி நேரமாகியும் கோழி, நிலத்தைக் கொத்துவதை நிறுத்தவே இல்லை. கோதைக்குக் கதையும் கிடைக்கவில்லை.

அன்று, அவள் நினைத்தபடி எதுவும் நடக்கவில்லை என்றாலும், சில நாட்களுக்குப் பிறகு ஓர் அதிசயம் நிகழ்ந்தது.

கோதை, கோழியுடன் விளையாடுவதற்காகக் காத்திருந்தாள். வெகு நேரமாகியும் கோழி கூண்டைவிட்டு வெளியே வரவில்லை. அருகில் சென்று பார்த்தாள். கோழி ஆடாமல், அசையாமல் உட்கார்ந்திருந்தது.

"கோழி, கண்மாய் வரைக்கும் போய்ட்டு வரலாம் வா" என்று கூப்பிட்டாள் கோதை.

"இப்போது அது முடியாது. நான், எனது முட்டைகளை அடைகாத்துக் கொண்டிருக்கிறேன்" என்றது கோழி.

"அடடே, உங்கள் வீட்டுக்குப் புதிதாக விருந்தினர்கள் வரப் போகிறார்களா?" என்ற கோதை, அங்கேயே உட்கார்ந்து விட்டாள்.

சில நிமிடங்களில் கோழி முட்டைகளில் இருந்து, ஏராளமான கதைகள் வெளியே வந்தன. அந்த அதிசயத்தைக் கண் கொட்டாமல் பார்த்தாள் கோதை. கதைகளை எடுத்து அன்பளிப்பாகக் கோதைக்குக் கொடுத்தது கோழி.

ஒரு முட்டையிலிருந்து படக்கதைகள் வந்தன. அடுத்த முட்டையிலிருந்து அறிவியல் கதைகள், இன்னொன்றிலிருந்து மர்மக் கதைகள், வேறொன்றிலிருந்து நீதிக் கதைகள், மற்றொன்றிலிருந்து நாடோடிக் கதைகள் என்று பலவிதமான கதைகள் கிடைத்தன!

கோதையின் மகிழ்ச்சிக்கு அளவே இல்லை. தினமும் அந்த அதிசயக் கதைகளைக் கேட்பதிலும் வாசிப்பதிலும் பொழுதைக் கழித்தாள். கதைகளை நண்பர்களுக்குத் தர விரும்பினாள். மந்திரக் கோழி குறித்தும் கதை முட்டைகள் குறித்தும் அறிந்த அவளது நண்பர்கள் ஆச்சரியம் அடைந்தார்கள்.

தங்களுக்குப் பிடித்த கதைகளைப் பிரித்து எடுத்துக் கொண்டார்கள். கதைகளுடன் சேர்ந்து விளையாடினார்கள்.

நிறையக் கதைகளைக் கேட்டாலும் வாசித்தாலும் உலகம் பற்றிய புரிதல் உண்டானது. அறிவியல் உண்மைகள் விளங்கின. கதைகள் நல்ல நண்பர்களாக மாறின. அன்பு, கருணை, உதவி போன்ற குணங்களைப் பற்றிய தேவையை உணர முடிந்தது.

வகுப்பு ஆசிரியர்கூடப் புதுப் புது கதைகளைக் கேட்டறிந்தார். மாணவர்கள் கதை சொல்வது எப்படி என்பதையும் கற்றுக் கொண்டார்கள். நாள் முழுவதும் கதைகளில் மூழ்கிவிடும் பிள்ளைகளின் மனநிலை புரியாத பெற்றோர் வருத்தம் அடைந்தனர். குழந்தைகளைக் கண்டித்தனர்.

கோதை வீட்டுக் கோழியின் புகழ் பரவியது. குழந்தைகளின் கதைக் கொண்டாட்டம் நாளுக்கு நாள் அதிகரித்தது. பிள்ளைகளின் செயல், பெற்றோருக்கு வருத்தத்தைத் தந்தது. தலைமை ஆசிரியரிடம் புகார் அளித்தனர்.

கதை முட்டைகள் இடும் கோழியின் கதையைக் கேட்ட தலைமை ஆசிரியர் ஆச்சரியம் அடைந்தார். பெற்றோரையும் கோதையின் கோழியையும் அழைத்தார். எல்லோரும் வந்தனர்.

"நீ என்ன மந்திரம் கற்ற கோழியா? உன் முட்டைகளில் இருந்து மட்டும் எப்படிக் கதைகள் வருகின்றன?" என்றார் தலைமை ஆசிரியர்.

கோழி நடந்ததை விவரமாகக் கூறியது. கோதை தொலைத்த கதையைத் தேடி நிலத்தைக் கிளறியபோது, தனக்கு மந்திர சக்தி வந்ததாகச் சொன்னது.

"கதை முட்டைகள் எப்படிக் கிடைத்தன என்று ஆராய்வதைவிட, ஏன் வந்தன என்று தெரிந்துகொள்வது அவசியம். குழந்தைகள் கதைப் பிரியர்கள் என்ற உண்மையை அனைவரும் அறிவீர்கள். பல ஆண்டுகளுக்கு முன்பு தாத்தா, பாட்டி குழந்தைகளுக்குக் கதை சொல்வார்கள். இன்று குழந்தைகளுக்குக் கதை சொல்ல யாரும் இல்லை. இன்று முதல், விடுமுறையிலும் ஓய்வு நேரத்திலும் குழந்தைகளுக்குக்

கதைகள் சொல்ல வேண்டும். கதைகளை வாசிக்கச் சொல்லி உற்சாகப்படுத்த வேண்டும். அப்படிச் செய்வதாக உறுதி அளித்தால், இனி நான் கதை முட்டைகள் இடுவதை நிறுத்திக்கொள்கிறேன்'' என்றது கோழி.

அனைவரும் திகைத்து நின்றார்கள். பெற்றோர் அனைவரும் சம்மதத்தைத் தெரிவித்தார்கள். குழந்தைகள் மகிழ்ச்சியில் துள்ளிக் குதித்தனர்.

அன்று முதல், கோழி முட்டைகளை மட்டும் இட ஆரம்பித்தது.

கோழிகள், ஓர் அனைத்துண்ணிப் பறவை. நிலத்தைக் கிளறி விதைகள், பூச்சிகள், பல்லி போன்றவற்றை உண்கின்றன. உலகில் சுமார் 40 கோடிக்கும் மேலான கோழிகள் உள்ளன.

ஒரு முட்டையில் 6.6 கிராம் புரதச்சத்து இருக்கிறது. ஃபோலேட், பாஸ்பரஸ், செலினியம், துத்தநாகம், இரும்பு, காப்பர், அயோடின், வைட்டமின்கள் ஏ, டி, இ, கே, பி2, பி6, பி12, போன்ற கனிமச் சத்துகள் நிறைந்துள்ளன.

முட்டையில் சல்மோனெல்லா (salmonella) என்ற கிருமி இருக்க வாய்ப்புள்ளதால், முட்டையை பச்சையாகச் சாப்பிடக்கூடாது.

'ஒ' எழுதத் தெரியுமா?

'ஒ' என்ற எழுத்தில் தொடங்கும் வார்த்தைகள் என்றால் மணியனுக்குப் பிடிக்காது. காரணம், அவனால் அதைச் சரியாக எழுதத் தெரியாது, ஆங்கில எண் மூன்றைப்போல கிறுக்கி வைப்பான்.

'இந்த எழுத்தில் மட்டுமென்ன ஆயிரத்தெட்டு சுழிப்பு' என்று வெறுப்பான். ஐந்தாம் வகுப்புத் தேர்ச்சிக்குப் பிறகும்கூட 'ஒ' எழுதத் தெரியாமல் தடுமாறினான். எழுத்துப் பிழைகளுக்காக, தமிழ் தேர்வில் மதிப்பெண்கள் குறைந்தன.

பெற்றோர் கவலை அடைந்தார்கள். சந்தர்ப்பம் கிடைத்தபோதெல்லாம், அம்மா அவனுக்கு விரல்பிடித்து எழுதப் பழக்கினார். முன்மாதிரியாக உள்ள சிலரின் கையெழுத்துகளைப் பார்த்து *(Observation)* எழுதும்படித் தூண்டினார். சில நேரங்களில் அவற்றைப் படியெடுக்கும்படி *(Tracing & copying)* கேட்டுக்கொண்டார்.

நீண்ட நேரம் செலவழித்து, பொறுமையுடன் எழுதினால் கையெழுத்து அழகாகத்தான் இருந்தது. தேவையான வார்த்தைகளைத் தொகுத்து, வாக்கியம் அமைத்து சீக்கிரம் எழுதச் சொன்னால் கோணல்மாணலாக மாறிவிடுகிறது. இந்தக் குறைபாடு பள்ளியில் படிக்கும் ஒருசில குழந்தைகளுக்கு உள்ளது என்பதை அறிந்த தமிழாசிரியர், சிறப்புப் பயிற்சி வகுப்புக்கு ஏற்பாடு செய்திருந்தார்.

அன்று, அரையாண்டு விடுமுறைக்குப்பின் பள்ளி திறக்கப்பட்டது. விடைத்தாள்கள் வழங்கப்பட்டன. மணியன் பதட்டத்துடன் இருந்தான். எதிர்பார்த்ததைப்போல தமிழ்த் தேர்வில் மதிப்பெண் குறைந்தது. மணியனுக்கு உடம்பு முழுவதும் வியர்த்தது. கண்கள் கலங்கின. கண்ணீர் பெருகி அழுகை வந்தது. 'ஓ' வென்று வாய்விட்டு அழுதான்.

அருகில் வந்த ஆசிரியர் தேற்றினார்.

"நீ, அழுதால் மட்டும் எல்லாமே மாறிவிடப் போகிறதா? தமிழ் தேர்வில் கேட்கப்பட்ட கட்டுரை, செய்யுள், கவிதை எல்லாமும் சரியாகத்தான் எழுதி இருக்கிறாய். கையெழுத்துப் பிழைகள், ஒரு குறையில்லை. தேர்வுக்காக மட்டுமே கையெழுத்துத் திறம்படவேண்டும் என்பதில்லை. ஆளுமைத்திறன், சிந்தனை, தன்னம்பிக்கை ஆகிய பண்புகளை வளர்த்துக் கொள்வதற்காகவும் தெளிவான கையெழுத்து உதவியாக இருக்கும்." என்றார்.

மணியன், எளிதில் ஏற்றுக்கொள்ளவில்லை. தாழ்வு மனப்பான்மை அதிகரித்தது. மற்ற மாணவர்களுடன் பேசுவதைத் தவிர்த்தான். தனிமையை விரும்பினான். தொடர்ந்து பள்ளிக்கூடம் போகத் தயக்கம் காட்டினான்.

மணியனின் செயல்களில் ஏற்பட்ட திடீர் மாற்றம் பெற்றோரைக் கவலைக்கு உள்ளாக்கியது. மகனின் பிடிவாதத்தைப் பார்த்து மனம் வருந்தினார்கள். தமிழாசிரியரைச் சந்தித்து ஆலோசனை கேட்டார்கள்.

தசைப் பயிற்சி, விரல் அசைவுப் பயிற்சி, மணிக்கட்டு சுழற்சிப் பயிற்சியெனபல உத்திகளை அறிமுகம் செய்து பயிற்சி தரப்போவதாய் உறுதியளித்தார் ஆசிரியர். கடிமான எழுத்துக்களை எளிய முறையில் எழுதவும் பயிற்சிகள் உள்ளன என்ற அவரின் வார்த்தைகள் நம்பிக்கை தருவதாய் இருந்தன.

அடுத்த நாள், தமிழாசிரியர் மணியனை அழைத்து கரும்பலகையில் 'ஒ' எழுதச் சொன்னார். சாக்பீஸை கையில் வாங்கியவன், குதிரை முகத்தைப்போல ஒரு படத்தை வரைந்தான். அதைப் பார்த்த மற்ற மாணவர்கள் கொல்லென்று சிரித்தார்கள். தமிழாசிரியர் குறுக்கிட்டார்.

"தம்பிகளே! நம்மில் ஒவ்வொருவருக்கும் ஒரு குறைபாடு இருக்கும். மணியனுக்கு 'ஒ' எழுதத் தெரியவில்லை என்பது பெரும் குறையல்ல. அடுத்தவர் மனது புண்படுமாறு சிரிப்பதுதான் குற்றம்." என்ற ஆசிரியர், "'ஒ' எழுதுறதுல அப்படியென்ன கஷ்டம்.? ரொம்ப எளிதான விசயம். முதலில், 'ஒ' எழுத்து வடிவம் இயற்கையாகப் பொருந்தியுள்ள உண்மையைத் தெரிந்துகொள்வோம்" என்றார்,

மாணவர்கள் கவனத்தோடு கேட்டார்கள்.

"'ஒ'ங்குறது உயிர் எழுத்துக்களில் பத்தாவது எழுத்து. மனித உடலில் உள்ள பல உறுப்புக்கள் 'ஒ' வடிவத்தில் உள்ளன. நமது காதுகள் ஒகர வடிவம். தலைமைச் செயலகமான மூளையை, நேர்குறுக்காக வெட்டினால் 'ஒ' வடிவம் தெரியும்"

சிறிது நேரம் வகுப்பில் அமைதி நிலவியது. தமிழாசிரியர் தொடர்ந்து பேசினார்:

"நமது வயிற்றின் குடல்பகுதி 'ஒ' வடிவில் உள்ளது. ஒரு முக்கியமான விசயம். நாம் எல்லோரும் தாய் வயிற்றில் வளர்ந்தபோது, கவிழ்த்த 'ஒ' வடிவத்தில்தான் இருந்தோம். இதைத் தவிர குஞ்சுமீன், ஓந்தி, ஆமை, கோழிக்குஞ்சு, பன்றி, கன்று, முயல் ஆகிய சிறு விலங்குகளும் 'ஒ'கர வடிவில்தான் கருவில் வளர்ச்சியடைகின்றன." என்றார்.

அறிவியல் உண்மைகளை, ஆசிரியர் சொல்லச் சொல்ல மாணவர்கள் ஆச்சரியத்துடன் கேட்டுக்கொண்டிருந்தார்கள்.

"சரி! இதுவரையில் 'ஒ' பற்றிய பெருமையை விளக்கினேன். அடுத்ததாக, அதைச் சரியாக எழுதப் பயிற்சி தரப்போறேன். எல்லோருக்கும் 'அ'எளிதாகவும் அழகாகவும் எழுதத் தெரியும். முதலில், நோட்டுப் புத்தகத்தில் 'அ' எழுதிக்கொள்ளுங்கள்." என்றதும் மாணவர்கள் 'அ' என்று எழுதிக்கொண்டார்கள்.

"இப்போது அந்த நோட்டைத் திருப்பி 'ரு'ன்னு இருக்கிற மாதிரி பிடிக்கவும். இப்ப இந்த எழுத்துல, வளைவுகள் முடிஞ்சி நேர்கோடு வருகிறதே. அதை மட்டும் மாற்றி எதிர்பக்கத்துல எழுதுங்க. பிறகு, வளைவுகளைப் பொருத்துங்கள்,"

ஆசிரியர் சொன்னபடி எல்லோரும் எழுதி முடித்தார்கள். மாணவர்களின் நோட்டுப் புத்தகங்களில் 'ஒ' அழகாக வடிவம் பெற்றிருந்தது.

"எல்லோரும் 'ஒ' எழுதப் பழகியாச்சு. மணியன்! நீ, இது மாதிரி கவனத்தோடு எழுதிப் பழகு. கையெழுத்து சரியாகிடும். தேர்வில் நல்ல மதிப்பெண் கிடைக்கும்" என்றார். அருகில் அழைத்துத் தட்டிக் கொடுத்து உற்சாகப் படுத்தினார்.

மணியன், 'ஆகட்டும்' என்று தலையசைத்த நேரத்தில், ஓர் உறுதிமொழி எடுத்திருந்தான். அது என்ன என்பதை நீங்கள் அறிவீர்கள். இப்போது, நீங்களும் 'ஒ' எழுதப் பழகிக்கொண்டீர்கள்தானே!

பள்ளிக்கூடம் என்ற பெயர் எப்படி வந்தது?

தாத்தா பாட்டி எங்கே படித்திருப்பார்கள்? அவர்கள் படித்த பள்ளி எப்படி இருந்திருக்கும்? தமிழகத்தில், சமணப் பள்ளிகளும் திண்ணைப் பள்ளிகளும் முதன்முதலில் கல்வியை அறிமுகம் செய்தன. அப்போது வாழ்ந்த சமணத் துறவிகள், இயற்கையோடு இணைந்து வாழ விரும்பினார்கள். ஓய்வு எடுப்பதற்கு, பாறைகளில் படுக்கைகளை வெட்டி வைத்தனர். பள்ளிகொள்ளும் அந்த இடம் 'பள்ளி' எனப்பட்டது. அங்குதான் மாணவர்களுக்குக் கல்வி கற்பித்தனர். இப்படித்தான், கல்வி கற்பிக்கும் இடம் பள்ளிக்கூடம் ஆனது. சென்னை மாகாணத்தில் 12000 திண்ணப் பள்ளிகள் இருந்ததாகத் தகவல்கள் உள்ளன. ஆங்கிலேய ஆட்சியில் இப்போதுள்ள மேல் நாட்டுக் கல்விமுறை திணிக்கப்பட்டது. கல்வி, மனிதனின் அடிப்படைத் தேவை. உலகம் முழுவதிலும் எழுதப் படிக்கத் தெரியாதவர்கள் எண்ணிக்கை சுமார் 100 கோடி ஆகும். தரமான கல்வி எல்லா வகுப்பினரைச் சென்றடைய வேண்டும். ஏழை பணக்காரன் என்ற ஏற்றத்தாழ்வு ஒழிய வேண்டும். 6 முதல் 14 வயதுக்கு உட்பட்ட குழந்தைகளுக்கு கட்டாயக் கல்வி அளிக்க மத்திய அரசு முன்வந்தது. 2009-ஆம் ஆண்டு முதல் இலவசக் கட்டாயக் கல்வி உரிமைச் சட்டம் கொண்டுவரப் பட்டது.

நட்சத்திரக் கண்கள்

நந்தன் மற்ற குழந்தைகளைவிட வித்தியாசமானவன். அவனுடைய கண்களில் நட்சத்திரங்கள் இருந்தன. அவை, பார்ப்பதற்கு மிகவும் அழகாக இருந்தன. இவற்றின் உதவியால் மாதம் ஒருமுறை பிறருக்கு உதவி செய்ய முடியும்.

மீன் பிடிப்பதற்காகக் குளத்தை நோக்கிக் கிளம்பினார் அப்பா. உடனே தானும் குளத்துக்குச் செல்லவேண்டும் என்று ஆசைப்பட்டான் நந்தன். ஆனால் மழை வருகிற மாதிரி இருப்பதால் இன்று வர வேண்டாம் என்று சொன்னார் அப்பா. அப்பா, வலையைத் தூக்கிக்கொண்டு தனியே புறப்பட்டுச் சென்றார்.

ஏமாற்றமாக இருந்தாலும் அதை வெளிக்காட்டிக் கொள்ளாமல் விளையாட ஆரம்பித்தான். சற்று நேரத்தில் வீட்டில் வளர்த்த வாத்தைக் காணவில்லை என்றார் அம்மா. உடனே வாத்தைத் தேடிக் கிளம்பினான் நந்தன்.

வழியில் ஒரு கல் தடுக்கி விழுந்தான். வலிக்கவும் அழ ஆரம்பித்தான். அதே நேரத்தில்தான் தற்செயலாக அந்த விபத்து

நடந்தது. அப்போது கண்களில் இருந்த நட்சத்திரங்கள் கீழே விழுந்தன. நந்தன், அதைக் கவனிக்கவில்லை.

வேகமாக வந்த சாம்பல் நாரை கீழே கிடந்த நட்சத்திரங்களைக் கொத்திச் சென்று, எதிரிலிருந்த பாறையில் அமர்ந்தது.

"நாரையே, என் நட்சத்திரங்களைத் திருப்பித் தந்துவிடு" என்று கெஞ்சினான் நந்தன்.

"இந்த நட்சத்திரங்களை நெற்றியில் பதித்து வைத்துக்கொள்ளப் போகிறேன். கொண்டலாத்தி குருவிக்கு மிக அழகான கொண்டை இருக்கிறது என்று பெருமையடித்துக்கொள்கிறது. எனக்குக் கொண்டை இல்லாததால் இந்த நட்சத்திரங்களை வைத்துக்கொள்கிறேன்" என்றது நாரை.

"இவை அலங்காரத்துக்கான நட்சத்திரங்கள் இல்லை. இவற்றை வைத்து மாதம் ஒருமுறை பிறருக்கு என்னால் உதவ முடியும்" என்றான் நந்தன்.

"சரி, எனக்கு என்றாவது ஒருநாள் நீ உதவுவாய் என்ற நம்பிக்கையில் திருப்பித்தருகிறேன்" என்று நட்சத்திரங்களைப் போட்டுவிட்டுப் பறந்தது நாரை.

நந்தன் அதை எடுப்பதற்குள், ஒரு நண்டு நட்சத்திரங்களை எடுத்துக்கொண்டு வளையை நோக்கி ஓடியது.

"நண்டே, என் நட்சத்திரங்களை இப்படி எடுக்கலாமா?" என்று கேட்டான் நந்தன்.

"அருகில் வராதே. வளைக்குள் ஒளிந்துகொள்வேன். என்னை உன்னால் வெளியே கொண்டு வரவே முடியாது" என்றது நண்டு.

"இவை சாதாரண நட்சத்திரங்கள் இல்லை. பிறருக்கு உதவக்கூடிய மாய நட்சத்திரங்கள். விளையாடாதே" என்றான் சற்றுக் கோபமாக நந்தன்.

"இந்த நீர்க்குமிழிகளை எண்ணிச் சொன்னால்

நட்சத்திரங்களைத் தருகிறேன்" என்று சிரித்தது நண்டு.

நீர்க்குமிழிகளை எண்ண ஆரம்பித்தான். ஆனால் முடியவில்லை. நந்தனின் வருத்தத்தைப் பார்த்த நண்டு, "என்றாவது ஒருநாள் எனக்கு உதவி தேவைப்படும்போது உதவ வேண்டும். ஓடிப் போய் எடுத்துக்கொள்" என்றபடி நட்சத்திரங்களைத் தூக்கி வீசியது.

நட்சத்திரங்கள், மெதுவாக நகர்ந்துகொண்டிருந்த நத்தையின் மீது விழுந்தன. நத்தை அவற்றை எடுத்து வைத்துக்கொண்டது.

நத்தையிடம் நட்சத்திரங்களைத் தருமாறு கேட்டான் நந்தன்.

"ஒரு கேள்வி கேட்பேன். பதிலைச் சரியாகச் சொன்னால் தந்துவிடுகிறேன்" என்றது நத்தை.

"எனக்கு எத்தனை கால்கள்?"

நந்தனுக்குப் பதில் சொல்லத் தெரியவில்லை. நத்தைக்கு அருகில் உட்கார்ந்து ஆராய்ச்சி செய்தான். ஆனாலும் கண்டுபிடிக்க முடியவில்லை.

"நான் சொல்றேன். கால்களே கிடையாது. பாதம் மட்டும்தான் உண்டு. சரி, இந்தா நட்சத்திரங்களை எடுத்துக்கொள்" என்று நீட்டியது நத்தை. ஒரு தவளை தாவிக்குதித்து நட்சத்திரங்களைப் பறித்துக்கொண்டு, தண்ணீரில் பாய்ந்தது.

நந்தனுக்கு வருத்தமாகிவிட்டது. இனி நட்சத்திரங்கள் கிடைக்காது என்ற முடிவுக்கு வந்தான்.

"தவளையே, நட்சத்திரங்கள் எனக்குச் சொந்தமானவை. தயவுசெய்து என்னிடம் தந்துவிடு." என்றான் நந்தன். தவளை, அவனிடம் ஒரு வேண்டுகோள் வைத்தது.

"தண்ணீரில் இருக்கும் தாமரை இலைகளைப் பார். அதில் ஒன்றில் என்மனைவி இட்ட முட்டைகளை வைத்திருக்கிறேன். முட்டைகள் பொரிந்து குஞ்சுகள் வரும்வரை கொஞ்சம் காவலுக்கு இருப்பாயா?" என்று கேட்டது தவளை.

"வீட்டைவிட்டு வெளியே வந்து ரொம்ப நேரமாகிறது.

அம்மா தேடுவார். நட்சத்திரங்களை நீயே வைத்துக்கொள்" என்று சொல்லிவிட்டுக் கிளம்பினான் நந்தன்.

உடனே கோபத்தில் நட்சத்திரங்களைக் குளத்தில் வீசியது தவளை. நட்சத்திரங்கள் எங்கே என்று அப்பா கேட்டால் என்ன செய்வது என்று யோசித்தான். அழுகை வந்தது.

'நந்தா, நந்தா' என்ற குரல் கேட்டு நிமிர்ந்து பார்த்தான் நந்தன். குளத்துக்குள் இருந்து அவனது நண்பன் வாத்து சிரித்தது. அழுகைக்கான காரணத்தைக் கேட்டது.

"அழாதே! முதலில் முகத்தைத் தண்ணீரால் சுத்தம் செய். உன்னுடைய நட்சத்திரங்களைத் தேடித் தருகிறேன்" என்று ஆறுதலாகப் பேசியது வாத்து.

நந்தன் முகம் கழுவினான். வாத்திடம் கதை பேசினான். சிறிது நேரம் கழித்து நட்சத்திரங்கள் நினைவுக்கு வந்தவுடன் மீண்டும் அழ ஆரம்பித்தான்.

"எதுக்கு மறுபடியும் அழறே?" என்றது வாத்து.

"நட்சத்திரங்களை நீ இன்னும் தேடித் தரலையே?" என்றான் நந்தன்.

சிரித்தது வாத்து.

"நண்பன் துன்பத்தில் இருக்கும்போது சிரிப்பதுதான் நட்புக்கு அழகா?"

"நான் உன் துன்பத்தைப் பார்த்துச் சிரிக்கலை. உன் கண்களைப் பார்த்துச் சிரித்தேன்."

"புரிகிற மாதிரி சொல். நேரமாகிவிட்டது. அம்மா தேடுவார். நாம் இருவரும் செல்ல வேண்டும்" என்றான் நந்தன்.

"தண்ணீரில் உன் முகத்தைப் பார்."

குளத்து தண்ணீரில் முகம் பார்த்தான். அவனது கண்களில் நட்சத்திரங்கள் ஜொலித்தன. வாத்துக்கு நன்றி சொன்னான். வாத்தோடு வீட்டை நோக்கி நடந்தான்.

வாத்தே! வாத்தே! நீரில் நீந்தும்போது தூங்கலாமா?

வாத்து, கனடா நாட்டின் தேசியப் பறவை. வாத்துகள், அதிகாலையில் மட்டுமே முட்டையிடும். இறைச்சிக்காகவும் முட்டைக்காகவும் வளர்க்கப்படுகின்றன. வாத்து முட்டைகளில் கண்ணுக்குத் தெரியாத நுண் துளைகள் (7500 வரை) உள்ளன. முட்டைக்குள் வளர்ச்சி பெரும் குஞ்சுக்குத் தேவையான மூச்சுக் காற்றும் ஈரப்பதமும் இந்தத் துளைகள் வழியே உள்ளே செல்கின்றன. ஆர்டிக் பகுதியில் வாழும் பெர்னாகில் வாத்துகள், இனப்பெருக்கத்திற்காக வடக்கு நோக்கி பறப்பதாக ஆய்வில் தெரிய வந்துள்ளது. அமெரிக்காவைச் சேர்ந்த 'வால்ட் டிஸ்னி' வடிவமைத்த 'டொனால்டு டக்' என்ற கார்ட்டூன் கதாபாத்திரம் உலகம் முழுவதும் ஏராளமான குழந்தை ரசிகர்களைக் கொண்டுள்ளது. வாத்து தரையில் நின்றுகொண்டும், நீரில் நீந்தியபடியும் தூங்கும். ஒரு கண் திறந்த நிலையிலும் தூங்கும். இதனால், எதிரிகளை கண் இமைக்கும் நேரத்திற்குள் கண்டு பிடிக்க முடியும்.

வீடில்லா நண்டு ஓடி ஒளியுமா?

நண்டு, (crab) கடலிலும் நிலத்திலும் வாழும் உயிரினம். பத்துக்கால்கள் உடயவை. பக்கவாட்டில் மட்டுமே நடக்க முடியும். (பிரான்ஸ் நாட்டின் 'அங்னெசஸ் ப்ருன்' என்பவர், 'நண்டு நடைப்' போட்டியில் வேகமாக நடந்து உலக சாதனை படைத்தார்) தண்ணீரில் பக்கவாட்டில்தான்

நீந்தும். கால்கள் உடைந்து போனால் புதிதாக வளர்ந்து விடும். மீன்களைக் கிழிக்க, சிப்பியைப் பிளக்க, தாவரங்களை உண்ண, வலிமையான வளை நகங்கள் பயன்படுகின்றன. சில நண்டுகள், கொடுக்குகளை வைத்து மனிதனின் விரலைக் கத்தரிக்கும் ஆற்றல் படைத்தவை. உலகில் சுமார் 5000 நண்டு இனங்கள் உள்ளன. நண்டுகள், ஆமைகளைப்போல மேல் ஓடு உடையவை. (வீட்டைச் சுமந்து கொண்டிருப்பவை) பஞ்சு போன்ற உடலை இந்த ஓடு பாதுகாக்கிறது. ஓடு, குறிப்பிட்ட காலத்துக்குப் பிறகு வளராது. இதனால், நண்டு பெரிதாகும் போது பழைய ஓட்டை கழற்றி விடுகின்றன. இந்தச் செயலை *molting* என்பார்கள். புதிய ஓடு வளரும் வரை நண்டுகள் மறைந்து வாழ்கின்றன. ஓடுகளிலிருந்து, கையிடின் (*Chitin*) எனும் 'செயற்கை நூலிழை' தயாரிக்கப்படுகிறது. இது, அறுவைச் சிகிச்சையின்போது காயங்களைத் தைக்க உதவும் நூலாகப் பயன்படுகிறது.

நத்தை எப்படி ஊர்கிறது?

நத்தை, மெல்லுடலி வகுப்பைச் சேர்ந்தவை. கால்கள் கிடையாது. சுருங்கி விரியும் பாதம் மட்டுமே உள்ளது. பாதத்தின் குழைந்த தசை, ஒட்டிக்கொள்ளும் பண்பு உடையது. தசையின் கீழ்ப்பகுதி சுருங்கி விரிவதால், அலைகளைப் போன்ற இயக்கம் கிடைக்கிறது. இதன் உதவியால், நத்தைகள் ஊர்கின்றன. வினாடிக்கு, ஒரு மில்லி மீட்டர் தூரம் நகர்கின்றன. நத்தைகளுக்கு முதுகெலும்பு இல்லை. ஆனால், ஓடு உள்ளது. ஆபத்தான நேரத்தில், உடலை ஒட்டுக்குள் இழுத்துக் கொள்ளும். நத்தைகள் நீண்டகாலம் தூங்கும் ஆற்றல் கொண்டவை. கேட்கும் திறன் கிடையாது.

உப்பளத்துக்கு வந்த வெள்ளை யானை

டாமினிக் அவசர அவசரமாக நடந்தான். சீக்கிரம் உப்பளப் பாத்திகளைச் சென்றடைய வேண்டும். அம்மா, அப்பா இருவரும் பசியோடு காத்திருப்பார்கள். பாட்டி கொடுத்த கஞ்சியை அவர்களிடம் ஒப்படைக்கவேண்டும்.

மரங்களே வளராத பொட்டல் வெளியில் வெயில் சுட்டெரித்து. மணல் பாதையில் நடந்து நடந்து, கால்கள் பொசுங்கின. கண்ணுக்கெட்டிய தூரம்வரை, நிறைய உப்பள வயல்கள் தெரிந்தன.

அலையூர், ஒரு கடலோரகிராமம். கடல் நீரைப் பாத்திகளில் தேக்கி, உப்பைப் பிரித்தெடுக்கும் உப்பளங்கள் அதிகமுள்ள

ஊர். மேகத்தை வழிய விட்டதுபோல, ஊர்முழுவதும் உப்பளங்கள். கடற்கரையை ஒட்டிய பகுதியாதலால் அலைகளின் இரைச்சல் தொடர்ந்து கேட்டுக்கொண்டிருந்தது.

டொமினிக், பொறுப்புடன் நடந்து கொள்வான். பாடங்களைப் படித்துவிட்டு, வீட்டு வேலைகளைச் செய்வான். சுறுசுறுப்போடு இயங்குவான். பொழுதுபோக்காக பொம்மைகள் செய்வான். காகித அட்டை, பனையோலை, சாக்பீஸ் துண்டு, காய்ந்த இலை ஆகியவற்றில் செய்த பொம்மைகள், வீட்டில் பத்திரமாக இருக்கின்றன.

பாத்திகள் ஓரமாக நடந்து சென்ற டொமினிக், சட்டென்று கீழே இறங்கினான். கையில், ஒருகைப்பிடி உப்பை அள்ளினான். உள்ளங்கையில் பிடித்து உருட்டினான். ஓர் அழகான யானை செய்ய ஆசைப்பட்டான். பந்துபோல உருட்ட முடிந்ததே தவிர பயனில்லாமல் போனது. வேகமாக நடந்துகொண்டே பள்ளியில் சொல்லித்தந்த ஒரு பாட்டைப் பாட ஆரம்பித்தான் டொமினிக்.

"ஆயிரம் தங்கக் காசிருந்தால்
ஆனை ஒன்று வாங்கிடுவேன்
ஆனை ஒன்று வாங்கிடுவேன்
அதன்மேல் ஏறி அமர்ந்திடுவேன்

நானே ராஜா என்றிடுவேன்
நண்பன் முத்து மந்திரியாம்
ஆனை வாங்கப் பணம்தேவை
ஆசை உண்டு ; காசில்லையே"

அப்பாவுடன் சேர்ந்து பலர் பாத்திகளில் உப்பு அள்ளிக்கொண்டிருந்தார்கள். ஆளுக்கொரு உப்புவாரிப் பலகையைப் பிடித்து, சிறுசிறு குவியலாகச் சேகரித்தார்கள். அம்மா, உப்பைக் கூடையில் கொண்டுபோய் வரப்பில் கொட்டி வைத்தார். ஒரு சில மணி நேரத்தில், உப்பால் ஆன சிறு குன்று உருவானது.

சட்டென்று டொமினிக் கண்களுக்கு முன் வித்தியாசமான காட்சி தெரிந்தது. கண்களைக் கசக்கிவிட்டுப் பார்த்தான். என்ன ஆச்சரியம்!

கடல் அலைகளை விலக்கிக்கொண்டு, ஒரு வெள்ளையானை கடலிலிருந்து வெளியே வந்தது. மறுபடியும், உன்னிப்போடு கவனித்தான். டொமினிக் பிரமிப்பு அடைந்தான். திகைப்பு மிகுதியில் யானையைப் பார்த்தான். வெள்ளையானை, உப்பள வயலை நோக்கி வந்தது. அம்மா, அப்பா உட்பட பாத்திகளில் வேலை செய்யும் மனிதர்கள் யாரும் இதைக் கவனிக்கவில்லை.

வெள்ளையானை, துதிக்கையைத் தூக்கி அவனுக்கு வணக்கம் வைத்தது. இதென்ன சோதனை!

யானை பிளிறும் சத்தம், டொமினிக் காதுகளுக்கு மட்டுமே கேட்டது. அது, அடிக்கடி நாட்டுப்புறப் பாடலைப் பாடிக்காட்டும் பாட்டியின் குரலைப்போல இனிமையாக இருந்தது. பரவசம் அடைந்தான். யானை பேசியது:

"டொமினிக், முதுகில் ஏறிக்கொள். உனக்கு ஊர் சுற்றிக் காண்பிக்கிறேன்." என்றது.

கண்ணுக்கு முன்னால் நடப்பது நிஜமா? நாடகமா? என்ற கேள்விக்கு விடை கிடைக்கவில்லை. காட்டு யானையைப் பற்றி படித்திருக்கிறான். கடல் யானை பற்றித் தெரியாதே. யோசனையில் ஆழ்ந்தவனை இடைமறித்தது வெள்ளையானை.

"என்ன யோசிக்கிறே?"

சட்டென்று யானை மீது தாவி ஏறினான் டொமினிக்.

வெள்ளையானை பறக்க ஆரம்பித்தது. டொமினிக்கின் மகிழ்ச்சிக்கு அளவே இல்லை. "எனக்கொரு பெயர் வை" என்று கேட்டது வெள்ளை யானை.

"உன் பெயர் அலாய். பிடிச்சிருக்கா?" மெல்லிய குரலில் கேட்டான். யானை, சின்னச்சின்ன கண்ணைச் சிமிட்டி மகிழ்ச்சியை வெளிக்காட்டியது.

"அலாய்! அலாய்!" ஆசைதீர அழைத்தான்.

"அலாய்! ஜியு…சலாம்" என்றவன், தேர்ச்சிபெற்ற பயிற்சியாளரைப்போல மாறினான். யானை, முன்னங்கால்கள் இரண்டையும் மடித்து வைத்து, வரப்பில் உட்கார்ந்தது. அது, கொம்பன் யானையும் இல்லை. கும்கி யானையும் இல்லை. ஆனாலும், நீண்ட நாட்கள் பழகியதைப் போல சொன்னபடியெல்லாம் கேட்டு நடந்தது.

திடீரென்று, உப்பள வயல்களில் யாரும் எதிர்பாராத அசம்பாவிதம் நிகழ்ந்தது.

ஆகாயத்தில் மேகக்கூட்டம் திரண்டு, மழைபெய்தது. வேலையாட்கள், உடனடியாகக் கலைந்துபோனார்கள். உப்பளப் பாத்திகளில் மழை நீர் புகாமல் தடுக்கப் போராடினார்கள்.

கனமழை பெய்யத் தொடங்கியது. தொடர்ந்து பெய்த மழையில் நனைந்த அலாய், கொஞ்சம் கொஞ்சமாகக் கரையத் தொடங்கியது. சற்றும் தாமதிக்காத டொமினிக், யானையைக் காப்பாற்ற ஓடினான்.

"அலாய்! அலாய்! ஐயோ என்னோட குண்டு யானை கரைஞ்சு போகுதே."

கதறி அழுதபடி ஓடிய மகனைத் தடுத்து நிறுத்தினார், அம்மா. கேவிக்கேவி அழுது கொண்டிருந்த மகனை அள்ளியெடுத்து அணைத்துக் கொண்டார். மற்றவர்கள் ஆறுதல் வார்த்தைகள் சொன்னார்கள்.

சிறிது நேரத்தில், மழையில் நனைந்த யானையின் தடித்த கால்கள் ஒடிந்து விழுந்தன. பருமனான உடல், மேட்டுப்பகுதிக்கு அருகில் சரிந்தது. அது, ஒரு திமிங்கிலத்தைப்போல உருமாறியது. அடைமழையில், அங்குலம் அங்குலமாகக் கரைந்து சுராமீனானது. பத்தே நிமிடங்களில், மேலும் கரைந்து பனிக்கரடி உருவம் பெற்றது. கடைசியில் கடல் நாயாகவும், பிறகு ஆமையாகவும் சுருங்கிப்போனது.

மழையின் தீவிரம் குறைந்தபோது உப்புயானை, முழுவதுமாகக் கரைந்து கடலுக்குள் வழிந்தோடியது. கண்கள்

பொங்கி, அழுகை வந்தது. அழுகையுடன் கடற்கரையில் நின்றான் டொமினிக். அவன் கால்களை அலைகள் தொட்டுச் சென்றபோது, ஒரு சங்கு இருந்தது.

டொமினிக், கீழே குனிந்து சங்கை எடுத்தான். காதில் வைத்துக் கேட்டான். வெள்ளை யானையின் பிளிறல் சத்தம் கேட்டது. பாட்டியின் நாட்டுப்புறப் பாடல்போல மிகவும் இனிமையாக இருந்தது!

உப்பு சில உண்மைகள்

உப்பின் அறிவியல் பெயர் 'சோடியம் குளோரைட்'. மனிதன் உயிர்வாழத் தேவையான முக்கியக் கனிமம் உப்பு. மனித உடலில் நரம்புத் தூண்டுதல்கள் நிகழவும், தசைகளை நகர்த்தவும், உடலுக்குத் தேவையான தண்ணீரின் அளவைப் பராமரிக்கவும் 'சோடியம்' அவசியமானது. 75% சதவிகித உப்பு உண்ணும் உணவு, காய்கறிகளிலிருந்து கிடைக்கிறது. உப்பின் அளவு அதிகரிப்பதால், இரத்த அழுத்தம் அதிகரித்து இதய நோய் உண்டாகிறது. கடல் நீரை ஆவியாக்கி, உப்பளங்கள் மூலம் உப்பு உற்பத்தி செய்யப்படுகிறது. முன்னொரு காலத்தில், உப்பின் மதிப்பு தங்கத்தைவிட அதிகமாக இருந்தது. சீனாவில், உப்பு அச்சுகளைக் காசுக்குப் பதிலாகக் கொடுத்து பொருட்களை வாங்கினார்கள். ரோமாபுரி ராணுவ வீரர்களுக்கு, ஊதியத்துக்குப் பதிலாக உப்பு தரப்பட்டதாக வரலாறு உண்டு. உப்புத் தண்ணீரில் 'மான்குரேவ்' என்ற மரம் வளரும் என்பது உங்களுக்குத் தெரியுமா?

இயற்கை வைத்தியர்

ரதி- மதி இருவரும், வழக்கமாக ஏரிக்கரையில் சந்தித்துக் கொள்வார்கள். மதி, மென்மையான வாடைக்காற்று. ரதி, இளம் தென்றல். இணைபிரியா நண்பர்கள்.

ஏரிக்கரை, கோழிப்பண்ணை, மக்காச்சோள வயல்வெளி, முந்திரிக் காடு, ஊரை ஒட்டியுள்ள கலைக்கூடம் என விருப்பம்போல பறந்து திரிவார்கள். அலையலையாய் மிதந்து, பறக்கும் பாம்பைப்போல நடனமாடுவார்கள். காய்ந்த சருகுகளை வானத்தில் உயரமான இடத்திற்கு கடத்திச் சென்று, பறக்கவிட்டுத் திரும்புவார்கள்.

ரதி, அழகான குரலில் பாட்டுப் பாடுவாள். மதி, அதற்குத் தகுந்த தாளம் அமைப்பான். காற்று இணையின் இசைக் கச்சேரி அரங்கேறும். பறவைகள் கூட்டம் கூடும். மாலை வேளையில் வீடு திரும்புவார்கள்.

மதி, கதை சொல்வதில் கெட்டிக்காரன். ரதியுடன் சேர்ந்து பயணம் செய்த இடங்களைப் பற்றிய கதைகளை, பறவைகளிடமும் செடிகளிடமும் சொல்வான். ரசித்துக் கேட்கும் மரங்கள், இலைகளை அசைத்துக் கொண்டாடும்.

அவ்வப்போது, காற்று நண்பர்களுக்கு இடையில் சிறு சிறு பிரச்சனைகள் வெடிப்பதுண்டு. ஆனாலும், ஒருவருக்கொருவர் சண்டை போட்டுக் கொள்ளாமல் நட்போடு பழகி வந்தனர்.

திடீரென்று ஒரு நாள், மதி காணாமல் போனான். நீண்ட தூரம் விளையாடப்போய் பாதை மறந்திருப்பானோ? மலைத்தொடரில் முதல்நாள் இரவு வீசிய தீவிரக்காற்று, மதியை கடத்திக்கொண்டு போயிருக்குமோ? மலைச் சரிவில் வாழும், சதிகாரப் பூதம் சிறை பிடித்து வைத்திருக்குமோ? உண்மை நிலவரம் தெரியாமல் தவித்தாள், தோழி ரதி. தனிமையை உணர்ந்து கவலையடைந்த ரதிக்கு, ஏதேதோ யோசனைகள் உதித்தன.

குழப்பமாக இருந்தது. ஏரிக்கரைப் பறவைகளிடம் விசாரித்துப் பார்த்தது. என்ன நடந்தென்று யாருக்கும் தெரியவில்லை. பழக்கமான இடங்கள், பாறை இடுக்குகள் என எல்லா இடங்களிலும் சுற்றித் தேடிப் பயன் இல்லை.

சிறிது நேரத்தில், அருகாமையில் கேட்ட ஓர் அழுகுரல் ரதியை திரும்பிப் பார்த்தாள்.

"ஹூம்ம்ம் ...ஹூம்ம்ம். என்னைக் காப்பாத்துங்க." என்று அழுதபடியிருந்த ஓர் அசுத்தக் காற்று, ரதியின் அருகில் வந்தது. அறிமுகமில்லாத அந்தக் காற்று, சாம்பல் நிறத்தில் இருந்தது. அசுத்தக்காற்றை நெருங்கினால் தனது தோற்றமும் மாறிவிடும் என்று பயந்த ரதி, அங்கிருந்து பாய்ந்தோடி தப்பிக்க நினைத்தது.

ஆனால், அசுத்தக்காற்றின் அழுகைச் சத்தம் கேட்டு அமைதியாக இருக்கமுடியவில்லை.

"ரதி...நலமா இருக்கிறாயா?"

"யாரது? என்னை, உனக்கு அடையாளம் தெரியுமா?" என்று ஆச்சரியத்துடன் கேட்டது, ரதி.

"உண்மையைச் சொல்கிறேன். நான்தான் மதி. அடையாளம் காணமுடியாத அளவுக்கு நிறம் கறுத்துப் போய் விட்டது. தூசு கலந்து, அசுத்தமாகி விட்டேன். தயவுசெய்து என்னைக் காப்பாற்று. ஒரு மருத்துவரிடமோ மந்திரவாதியிடமோ கூட்டிச் செல். மறுபடியும் நான், பழைய வாடைக்காற்றாக மாற வழி சொல்." என்றது.

அறிமுகமில்லாத மாயாவி, அசுத்தக்காற்று வேடமிட்டு நாடகமாடுகிறான் என்று சந்தேகித்த ரதி, பதில் பேசவில்லை. ஒரு பாறைக்குப் பின்னால்சென்று ஒளிந்துகொண்டு நடப்பதைக் கவனித்தது.

கடைசியில், நடந்த கதையைக் கேட்டறிந்த பிறகு, அது மதி என்பதை உறுதிசெய்தது. மதியைக் காப்பாற்றி பழைய நிலைக்கு மீட்டுக் கொண்டுவர எண்ணியது.

ரதியைக் கடந்துசென்ற ஒரு மைனா, வயல்வெளிக்கு அருகிலுள்ள அரசமரத்திடம் முறையிடுமாறு சொன்னது. மைனா சொன்ன இடத்துக்கு வழி கேட்டு, மதியை அழைத்துச் சென்றது ரதி.

அசுத்தக்காற்றின் குறையைக் கேட்டறிந்தது அரசமரம்.

"இரு தினங்களுக்கு முன்பு, நகர எல்லைவரை சென்று திரும்ப ஆசைப்பட்டேன். வழியில் மலையழகு, அருவி, இயற்கைக் காட்சிகள், என எல்லா இடங்களும் பார்ப்பதற்கு வியப்பாக இருந்தன. ஆசைப்பட்ட இடங்களில் நுழைந்து விளையாடினேன். பறந்தவெளியில் அலைந்து திறந்தேன்." என்று விவரித்தது காற்று.

"காற்றுக்குப் பயணங்கள் புதிதில்லை. அப்புறம் என்னவாயிற்று?" கேள்வி கேட்டது மரம்.

"வழியில், உயரமாக வெள்ளையும் சிவப்பும் கலந்த

நிறத்தில் ஓர் இரும்பு மரத்தைப் பார்த்தேன். அதில் ஏறி விளையாட விரும்பினேன். முதலில், அது என்னைச் சுடேற்றியது. திடீரென்று, கரும் புகையைக் கக்க ஆரம்பித்தது. தூசுக்களை வாரி இறைத்தது. முழுவதுமாக என்னுள் கலந்து காயப்படுத்தியது." என்று காற்று சொன்ன கதையைக் கேட்ட மரம், நடந்தது என்ன என்பதை தெளிவாகப் புரிந்து கொண்டது.

"இரும்பு மரம் என்று ஒன்று இல்லையே. நீ சொல்லும் அடையாளங்களை வைத்துப் பார்த்தால், அது ஒரு புகைபோக்கி என்று புரிகிறது." என்ற மரம், உதவ முன்வந்தது.

"கவலைப் படாதே, சரியான சிகிச்சையளித்துக் காப்பாற்றுகிறேன்." என்ற நம்பிக்கை வார்த்தைகள் சற்று ஆறுதலாக இருந்தன. காற்று நண்பர்கள் நிம்மதிப் பெருமூச்சு விட்டனர்.

"வா, வா, அருகில் வா," என்று அருகில் அழைத்த மரம், இலைகளை அசைத்து, மாசடைந்த காற்றை வருடிக்கொடுத்தது.

"என்ன மந்திரம் செய்யப் போகிறீர்கள்?" என்று குறும்புத்தனம் மாறாமல், மரத்திடம் கேட்டது அசுத்தக்காற்று.

"மந்திர தந்திரம் எதுவுமில்லை. உன்னுள் ஒட்டிக்கொண்டுள்ள கழிவுகளை அகற்ற, முதலில் உன்னை உறிஞ்சிக் கொள்ளப் போகிறேன்." என்ற மரத்தின் பதில், காற்றுக்கு பயத்தை வரவழைத்தது.

"இதென்ன சோதனை! உயிர் பிழைக்கும் வழி கேட்டு வந்தேன். உறிஞ்சிக் குடிப்பேன் என்கிறீர்களே. பயமாக இருக்கிறது."

"பயப்படாதே. என் கிளைகளில் வளர்ந்துள்ள பச்சைநிற இலைகள், கண்ணுக்குத் தெரியாத நுண் துளைகளால் உருவாக்கப் பட்டவை. மரங்கள், புகைபோக்கி இல்லாத பிராணவாயு (ஆக்ஸிஜன்) தொழிற்சாலை. பகல்நேர சூரிய ஒளி வெளிச்சத்தில், கரியமில வாயுவை சுவாசித்து, அதைச்

சுத்திகரித்து பிராண வாயுவை வெளியேற்றுகின்றன.'' என்று விளக்கிச் சொன்னது.

மரம், கொஞ்சம் கொஞ்சமாக அசுத்தக்காற்றை உறிஞ்சியது. சில மணி நேரத்திற்குப் பிறகு, தூய்மையான காற்றாக வெளியேறியது, மதி. அந்த அதிசயத்தை வியந்து பார்த்துக்கொண்டிருந்தது, ரதி. இயற்கை வைத்தியரான மரத்திற்கு நன்றி சொன்னது, மதி.

இரும்புப் புகைபோக்கி உள்ள இடங்களைச் சுற்றிலும் மரங்கள் வளர்த்து சுற்றுப்புறத்தை தூய்மையாக்க, காற்று நண்பர்கள் உறுதியெடுத்துக்கொண்டனர்.

அதன் ஒரு பகுதியாக, வெளியே விளையாடக் கிளம்பினால்கூட விதைகளைக் கொண்டு செல்கின்றனர். தரிசு நிலம், வனப்பகுதி என பல இடங்களைத் தேர்ந்தெடுத்து விதைகளைத் தூவிச் செல்கின்றனர்.

வான்வெளியில் கரைந்து கரைந்து விளையாடுகின்றனர்.

கார்பன் மோனாக்சைடு, கந்தக ஈராக்சைடு, குளோரோ புளோரோ கார்பன்கள், நைட்ரசன் ஆக்சைடுகள் போன்ற வேதிப்பொருட்கள், தூசி ஆகியன காற்று மண்டலத்தில் கலப்பதால் காற்று மாசடைகின்றது.

ஒரு கியூபிக் மீட்டர் காற்றில் உள்ள மைக்ரோகிராம்ஸ் நுண்துகள்கள் அளவை வைத்து, மாசின் அளவு கணக்கிடப் படுகிறது. காற்றின் தரம் அளவிடப் படுகிறது.

2.5 மைக்ரோ மீட்டர் விட்ட நுண்துகள்கள் (பிஎம் 2.5) உடலுக்குத் தீங்கு விளைவிக்கும். இந்தியாவின்78 சதவீத நகரங்களில், பிஎம் 2.5 நுண்துகள்கள் நிர்ணயித்த அளவை விட அதிகமாக இருக்கிறது.

காற்று மாசு அடைந்ததால், 3கோடி மக்கள் நுரையீரல் பாதிப்பு, இதய நோய், ஆஸ்துமா, சரும நோய் போன்ற நோய்களால் பாதிக்கப்பட்டுள்ளனர்.

பிளாஸ்டிக் பொருட்களை எரிக்கும்போது டையாக்சின் என்ற நச்சுப் புகை வெளியாகிறது.

மரங்கள், தூசு, புகை, கரியமிலவாயு ஆகியவற்றை ஈர்த்து நாம் சுவாசிக்கத் தேவையான சுத்தமான பிராண வாயுவை வெளியிடுகிறது. 'இயற்கை வைத்தியர்' என்று அழைக்கப்படுகின்றன.

பான்யாவின் பயணம்!

பான்யா பறக்க ஆரம்பிச்சு ரொம்ப நேரமாச்சு. அதிகச் சோர்வு காரணமாக, உடம்பு தளர்ந்திருந்துச்சு. இறக்கைகள் பிய்ந்துவிடுமோனு பயமும் வந்துச்சு.

எல்லாம் ஆன்யாவை நம்பி வந்ததன் பலன். 'நகரத்துக்குக் குடிபெயர்ந்தே ஆகணும். அங்கேதான் நல்லா வாழமுடியும். சாப்பாட்டுக்குப் பஞ்சமே இருக்காது. வயித்தை நிரப்ப, விதவிதமான தின்பண்டங்கள் கிடைக்கும். நிறைய நண்பர்களின் பழக்கம் கிடைக்கும்' என்றெல்லாம் சொல்லி, பான்யாவின் ஆசையைத் தூண்டிவிட்டது ஆன்யா.

யார் இந்த பான்யா, ஆன்யா?

ரெண்டுமே ஈக்கள். பொறந்ததிலிருந்தே நட்போடு பழகி, இணைபிரியாத நண்பர்களா இருக்காங்க. போன வாரம்

ஒருநாள், திடீர்னு ஆன்யா காணாமப்போயிட்டா. மாட்டுத் தொழுவம், கடைவீதிக் குப்பை, கசாப்புக் கடை வாசல்ன்னு தேடிப் பார்த்துக் களைச்சுப் போச்சு பான்யா.

ஆனால், வெளியூர் போயிருந்த ஆன்யா, ஒரு வாரம் கழிச்சு உற்சாகமாகத் திரும்பி வந்துச்சு. சுத்திப் பார்த்துட்டு வந்த ஊர்கள் பற்றி கதை கதையா சொல்லிச்சு.

"வா, நம்ம நகரத்துக்குப் போகலாம். பால், பழங்கள், சக்கரை, பலகாரம் எல்லாம் கிடைக்குது. ஜனத்தொகை அதிகம் உள்ள ஊர்களில் சுகமா வாழலாம். பிரச்னையே இருக்காது" என்று தேன் பூசிய வார்த்தைகளால் நண்பன் பான்யாவை மயக்கிருச்சு.

பேசிவெச்ச மாதிரியே, ரெண்டு ஈக்களும் வெளியூர் பயணத்துக்குக் கிளம்பினாங்க. வேர்த்து விறுவிறுக்கப் பறந்து பறந்து நகரத்துக்கு வந்து சேர்ந்தாங்க. குட்டியூண்டு உடம்பைத் தூக்கிட்டிப் பறக்கமுடியாத பான்யாவைப் பார்த்துச் சமாதானம் செஞ்சு பேசிச்சு ஆன்யா.

"இன்னும் கொஞ்ச தூரம்தான். பெரிய பஜாருக்குள்ளே நுழைஞ்சுடலாம். ம்ம்ம்.. சோர்ந்து போகாதே பான்யா"

"நிறுத்து, ஆசைகாட்டி ஆசைகாட்டியே பகல் முழுக்க அலைய விட்டுட்டே. நான் கொஞ்சம் ஓய்வு எடுக்கணும்"

கடுமையான கோபத்தில் இருந்தது பான்யா. என்னதான் செய்றது? ஆன்யா காட்டப்போற அதிசயங்களைப் பார்த்துருவோம் என்ற ஆசையும் விடலை. பசி வயிற்றைக் கிள்ளிச்சு.

"பொறுமையா இரு. பிரமாதமான விருந்து கிடைக்கும்" என்ற ஆன்யாவின் சமாதான வார்த்தையைக் கேட்டு ஆறுதல் அடைந்தது பான்யா.

ஈக்கள் இரண்டும் பஜாரை வந்தடைந்தன. பசும்பாலில் தயாரித்த நெய் வாசம் மூக்கைத் துளைக்க, இரண்டு ஈக்களும்

கரும்புச்
சாறு

நெய் விற்பனைக் கடைக்குள் நுழைந்தன. கடைக்காரர் நெய் பாத்திரத்தை மூடி வெச்சிருந்தார். வாடிக்கையாளர்கள் வரும்போது, மூடியைத் திறந்து கரண்டியால் நெய்யை எடுத்து ஊற்றிக்கொடுத்துவிட்டு மறுபடியும் மூடிவைத்தார்.

பான்யாவுக்குப் பெருத்த ஏமாற்றம். மூக்கு நிறைய வாசனை பிடித்ததுதான் மிச்சம். ஒரு துளி நெய்கூடச் சுவைக்கக் கிடைக்கவில்லை. எவ்வளவு நேரம்தான் நாக்கைச் சப்புக்கொட்டியபடி இருப்பது? "ச்சே" எனச் சலித்துக்கொண்டது.

"சரி, வா... அதோ தர்பூசணிக் கடை இருக்குது" என்றது ஆன்யா.

இரண்டு ஈக்களும் மலைபோலக்குவித்துவைக்கப்பட்டிருந்த தர்பூசணிக் கடைக்குள் நுழைந்தன. கடைக்காரர், ஒரே ஒரு பழத்தைப் பல கீற்றுகளாக வெட்டிவைத்திருந்தார். ஆனால், அவற்றை ஈக்கள் மொய்க்காதபடி வலைக்கூடையைக் கவிழ்த்திருந்தார்.

ஒரு சிறுவன் சாப்பிட்டுக் கீழே போட்ட சின்னத் துண்டில், எல்லா ஈக்களும் போட்டியிட்டு உட்கார்ந்தன. கூட்டத்துக்கு மத்தியில் நுழைய எவ்வளவோ முயற்சி செய்து பான்யா தோற்றுப்போச்சு. பசி மயக்கம்.

"நாம நெனச்சபடி ஒண்ணும் நடக்கல. நடக்கவும் நடக்காது. இதெல்லாம் வீண் ஆசை" என அலுத்துகிச்சு பான்யா.

"இப்படி யோசிச்சுட்டே இருந்தா பயன் இல்லை. ஒரு வாய் சாப்பிடலைன்னா செத்தா போயிருவோம். இப்படி ஓர் அனுபவமும் வாழ்க்கைக்குத் தேவைதான்" என்றது ஆன்யா.

கோடையின் கதகதப்பு குறையாத கடைத்தெருவின் மறுமுனைக்கு, ஈக்கள் இரண்டும் பறந்து கரும்புச்சாறு விற்கும் நடைவண்டியை அடைந்தன.

கரும்புச்சக்கை கொட்டிக்கிடந்த பிரம்புக்கூடையில், ஏராளமான ஈக்கள் உட்கார்ந்திருந்தன. 'நீயா நானா?' எனப் போட்டி போட்டு ஒன்றின்மேல் ஒன்று விழுந்து

சண்டையிட்டபடி இருந்தன. அந்தக் காட்சியைக் கண்ட பான்யா திகைச்சுப்போய் நின்றது.

''ஐயோ ஆன்யா! இதென்ன வாழ்க்கை? போட்டி, சண்டை, வம்பு, கூச்சல், குழப்பம்... இப்படி அநாகரிகமா, போட்டி நிறைந்த உலகத்தில சுகத்தை எதிர்பார்க்கிறது நல்லாயில்லே'' என்று ஆதங்கத்தை எடுத்துச் சொன்னது பான்யா.

அதேநேரம் கரும்புச்சாறு பாத்திரத்துக்கு மேலே பறந்து வந்து உட்கார்ந்தது ஆன்யா. கடைக்காரர் தோளிலிருந்த துண்டை எடுத்து வீசினார். அவ்வளவுதான்... புயலில் சிக்கின மாதிரி பல அடிகள் தள்ளிப்போய் விழுந்துச்சு. அதனிடம் அசைவில்லை.

ஆன்யா அருகில்போய் சில நொடிகள் கண்ணீர் விட்ட பான்யாவுக்கு அதுக்கு அப்புறம் அங்கிருக்கப் பிடிக்கல. பழைய இருப்பிடத்தை ஞாபகம்வெச்சுப் பறக்க ஆரம்பிச்சது. வழியில் ஒரு நாவல் மரத்தடியில் நசுங்கிக்கிடந்த பழத்தைச் சாப்பிட்டுப் பசியாறிச்சு.

மறுநாள் காலையில், ஒரு மாட்டுத் தொழுவத்தை வந்தடைந்துச்சு. ஒரு பாட்டி, பசுவுக்குப் புண்ணாக்கு வைத்துவிட்டு, கன்றுக்குட்டிக்குக் கையளவு வைக்கோல் வைத்தார். அவர் நகர்ந்துபோனதும், பசுவின் மடியில் பறந்துசென்று உட்கார்ந்துச்சு பான்யா. கன்றுக்குட்டி குடிச்சு மிச்சமாக ஒட்டியிருந்த ஒரு துளி பாலைக் குடிச்சதும் அதற்கு வயிறு நிரம்பியது.

வாழ்க்கையில் நாம நிறைய எதிர்ப்புகளை உருவாக்கிக்கிறோம். அதுதான் ஏமாற்றத்தையும் மன உளைச்சலையும் கொடுக்குது. நமக்கான தேவையை இயற்கையிடமிருந்து அளவோடு எடுத்துக்கிட்டாலே நிம்மதியா சந்தோஷமா வாழலாம் எனப் புரிஞ்சது.

பசுவுக்கும் கன்றுக்கும் நன்றி சொல்லிட்டு உற்சாகமாகப் பறந்துச்சு பான்யா.

இம்சை அரசன் ஈ!

ஈக்கள், ஒரு மணிக்கு 5 கி. மீட்டர் வேகத்தில் பறக்கும் திறன் உடையவை. இரு கூட்டுக்கண்கள் இருப்பதால் முதுகுக்குப் பின்னால்கூட என்ன நடக்கிறது என்பதைப் பார்க்க முடியும். ஒவ்வொரு கண்ணிலும் 2000 கண்வில்லைகள் (Ommatidia Lens) உள்ளன என்ற செய்தி வியப்பூட்டுவதாக இருந்தாலும், தேவையான உணவை 'நுகரும் சக்தி' மூலமே தேடிக்கொள்கின்றன. ஈக்களின் வாழ் நாள் 30 நாட்கள். ஈக்கள், ஒவ்வொரு ஐந்து நிமிடத்திற்கு ஒரு முறை கழிவகற்றும் உடலமைப்பைப் பெற்றதால், உணவுப் பொருட்களை அசுத்தம் செய்கின்றன. உணவுப் பொருட்களின் மீது இலட்சக்கணக்கான பாக்டீரியாக்களை விட்டுச் செல்கின்றன. இதன் விளைவால் வயிற்றுப்போக்கு, குடற்புழு, உடல் நமைச்சல், தோல் எரிச்சல், வயிற்றுப்புண், டைபாய்டு, தொற்றுக் கிருமிக் காய்ச்சல் என பலவகையான நோய்கள் நம்மை தாக்குகின்றன. ஈ மொய்த்த உணவை, சூடான தண்ணீரில் சுத்தம் செய்து உட்கொள்ள வேண்டும்.

மாய ராட்டினம்

சித்திரைப் பொருட்காட்சி மைதானம். சிறுவர் கூட்டம் அலை மோதியது. உள்ளரங்கம் முழுவதும், கண்கவர் வண்ண விளக்குகளால் அலங்கரிக்கப் பட்டிருந்தது.

தாலாட்டும் படகு, தண்டவாள ரயில், மாயாஜால அரங்கம், ராட்சசச் சக்கர ராட்டினம், ஒரு சக்கரச் சைக்கிள் வித்தை, குடை ராட்டினம் என நிறையப் பொழுதுபோக்கு விளையாட்டுகள் இடம்பெற்றிருந்தன.

ஊர்மக்கள் திரளாக வந்து ரசித்தார்கள். அன்று விடுமுறை நாள். அகிலனும் கபிலனும், கண்காட்சியைக் காணச்சென்றார்கள். ரங்கராட்டினத்தில் ஏறி, வானத்தைத் தொடும் உயரம்வரை சென்று திரும்பலாம். ஊருக்கு

வெளியிலுள்ள காடு, வயல், குளம், அருவி போன்ற இயற்கைக் காட்சிகளைப் பார்த்து ரசிக்கலாம்.

நீண்ட யோசனையில் இருந்த இருவரின் கவனத்தையும் குடை ராட்டினக்காரர் ஈர்த்தார். பெரிய குடைபோன்ற ராட்டினத்தின் விளிம்பில், மரத்தாலான விலங்குப் பொம்மைகள் தொங்கவிடப் பட்டிருந்தன. ஆசைப்பட்ட பொம்மையில் ஏறி விளையாடலாம்.

"வாங்க தம்பி! புள்ளி மான், புலி, மயில், யானைன்னு பிடிச்ச பொம்மைமீது சவாரி செய்யலாம். அஞ்சு ரூவா குடுத்து ஏறிக்குங்க. அந்தரத்தில பறந்து வர்றதுமாதிரியே இருக்கும். இருவது சுத்து சுத்தி விடறேன். ஏறிக்கோங்க." என்றார்.

அகிலனும் கபிலனும் குடைராட்டினத்தில் ஏற முடிவு செய்தார்கள். ராட்டினாக்காரர், அகிலனை புள்ளிமான்மீது ஏற்றி விட்டார். கபிலனை, புலியின் முதுகில் உற்கார வைத்தார்.

"இது ஒரு மாய ராட்டினம் தம்பி! இதில ஏறி ஒரு மணி நேரம் சுத்தினாலும் மயக்கமே வராது." என்றார்.

குடைராட்டினம், மெதுவாக நகர ஆரம்பித்தது. இருவரும், எதிர் எதிர் பக்கத்தில் உட்கார்ந்து கொண்டார்கள். இரும்புச் சங்கிலியை கெட்டியாகப் பிடித்துக்கொள்ளும்படிச் சொன்னார் ராட்டினக்காரர்.

சிறிது நேரத்தில், ராட்டினத்தின் வேகம் மெல்ல மெல்ல அதிகரித்தது. அகிலனும் கபிலனும், மெய் மறந்து சிரித்தார்கள். 'ஹே' என்ற உற்சாகக்குரல் எழுப்பிக் கொண்டாடினார்கள். கபிலன், கண்களை இறுக்கமாக மூடிக்கொண்டான்.

"இரும்புச் சங்கிலியைக் கவனமாகப் பிடிச்சுக்கோ" என்று சொன்னான், அகிலன்.

புள்ளிமானும் புலியும், கொஞ்சம் கொஞ்சமாக ராட்டினத்தில் மைய அச்சிலிருந்து விலகிச் சுற்றிவர ஆரம்பித்தன.

திடீரென்று, 'சட்..கிரீட்' என்ற சத்தம், அனைவரையும் அதிர்ச்சிக்குள்ளாக்கியது. ஆபத்தை எதிர்கொள்ளப்போகும் அறிகுறி தெரிந்திருந்தால், எல்லோரும் எச்சரிக்கையாக இருந்திருப்பார்கள்.

தாமதமாக யோசித்து என்ன செய்வது? ராட்டினத்தின் இரும்புச் சங்கிலி அறுந்து, புள்ளி மானும் புலியும்.... அடடே! என்ன ஆச்சரியம். வீசி எறியப்பட்ட வேகத்தில் புள்ளி மானும் புலியும், வானத்தில் பறக்கத் தொடங்கின.

அகிலனும் கபிலனும் பயத்தில் நடுங்கினார்கள். திகைப்பும் சந்தேகமும் கலந்த மனநிலை. மேகக்கூட்டங்களைத் தாண்டி, இருவரும் வான்வெளியில் பறந்தார்கள்.

சிறிது நேரத்தில், மேகங்களுக்கு அப்பால் இருந்த ஒரு வினோத உலகைச் சென்றடைந்தார்கள். அது, அதிசயங்கள் நிறைந்த உலகம் என்று புரிய வந்தது.

சாலையோரக் கட்டடங்கள் மிதந்து மிதந்து இடம்பெயர்வதைப் பார்க்க வியப்பாக இருந்தது. சாலையில் விரையும் வாகனங்களுக்கு சக்கரங்கள் இல்லை. மொத்தத்தில், அந்த புதிய உலகம் ஆச்சரியம் நிரம்பியதாகவும் வேடிக்கையாகவும் இருந்தது. ஆயுள் நீட்டிக்கும் செடிகள், சாலையோரங்களில் முளைத்திருந்தன. அதில் பூத்திருந்த பூக்களின் வாசனையைச் சுவாசித்தால், ஆயுள்கூடுமென்று அறிவிப்புப் பலகை இருந்தது.

நடைமேடைக்கு அருகில், ஒரு ராட்சச அளவுப் புத்தகம் வைக்கப்பட்டிருந்தது. புத்தகத்துக்குப் பக்கத்தில் உட்கார்ந்திருந்த பெரியவர், ஏதோ எழுதிக்கொண்டிருந்தார்.

அவரைக் கவனித்துப் பார்த்த அகிலன் அடையாளம் கண்டுகொண்டான்.

"வள்ளியப்பா தாத்தா! வணக்கம்." என்றவன் தாத்தாவுக்கு அருகில் ஓடிச்சென்றான். 'குழந்தைக்கவிஞர்அழ.வள்ளியப்பா' தாத்தாவைப் பார்த்த சந்தோஷத்தில், கபிலனும்

பூரித்துப்போனான். பாடப்புத்தகத்தில் படித்த அவரது பாடல்களை ராகம்போட்டுப் பாடிக் காட்டினார்கள். தாத்தா மகிழ்ச்சி அடைந்தார்.

வள்ளியப்பா தாத்தா, இருவரையும் வாரியெடுத்து அணைத்துக்கொண்டார். ஆசைதீர முத்தங்கள் தந்தார். மடியில் உட்கார வைத்துக்கொண்டார்.

சிறுவர்கள் இருவரும் அறிமுகம் செய்துகொண்டார்கள். தாத்தா எழுதிய பாடல்களைப்போல, ஒரு பாடல் எழுத முயற்சி செய்திருப்பதாகச் சொன்னான் கபிலன். வள்ளியப்பா தாத்தா வியந்து பாராட்டினார். வாழ்த்துக்களைப் பகிர்ந்தார்.

கபிலன், உற்சாகத்தோடு தாத்தாவுக்குப் பாடிக் காட்டினான்.

"குட்டிப் பையன் மண்டு
மண்டுக் கருகில் வண்டு
வண்டின் உருவம் குண்டு
சின்ன விரலைக் கொண்டு
சிறகை ஒடித்தான் மண்டு
வாத்தியார் அதனைக் கண்டு
வைத்தார் முதுகில் ரெண்டு"

பாடலைக் கேட்ட தாத்தா, மிகவும் மகிழ்ச்சி அடைந்தார். சிறுவர் பாடல் அருமையாக இருப்பதாகச் சொன்னார். சிறிது நேரம் யோசித்தவர், கபிலன் அனுமதி அளித்தால் சில மாற்றங்கள் செய்து தருவதாகச் சொன்னார். கபிலன் ஒப்புக்கொண்டான். வள்ளியப்பா தாத்தா கேட்டார்:

"மண்டு, வண்டின் இறக்கையைப் பிய்த்தது தப்பில்லையா? வண்டுக்கு வலிக்காதா?" என்று கேட்டார்.

"தாத்தா! வண்டுகளைப் பார்த்தாலே பயந்து விடுவேன். அதன், ரீங்காரச் சத்தம் கேட்டால், காதுகளைப் பொத்தியபடி ஓடி ஒளிந்துகொள்வேன். குழந்தைகளைப் பார்த்தால், அவை கடிக்க வரும். வண்டு கடித்தால் விஷமென்று கேள்விப் பட்டிருக்கிறேன்." என்று விவரித்துச் சொன்னான் அகிலன்.

"தம்பி! பூமியில் வாழும் எல்லா வண்டுகளும் நமக்குத் தீங்கு விளைவிப்பதில்லை. உலகில், மொத்தம் 35000 வகை வண்டுகள் உள்ளன. சில வண்டுகள், விலங்குகளோட கழிவுகளைச் சாப்பிட்டு சுற்றுப்புறத்தை தூய்மையாக வைத்திருக்க உதவுகின்றன. தற்காப்புக்காக மட்டும்தான் அவை கடிக்கின்றன." என்றார்.

"அப்படியா..."

"கடைசி வரிகளைத் திரும்பவும் வாசித்துக் காட்டு தம்பி. ஆசிரியர், மாணவனை அடித்தார் என்று எழுதியிருக்கிறாய். குழந்தைகளுக்கு அன்பைப் போதித்து, கல்வி ஆர்வத்தைப் பெருக்கி, முன்னேற்றப் பாதைக்குக் கொண்டுசெல்ல அயராது உழைப்பவர்கள் ஆசிரியர்கள்." என்பதை சரியாக விளக்கிச் சொன்னார்.

"சரி தாத்தா! திருத்திக்கொள்கிறன்." என்ற கபிலன், "பாட்டின் வழியாக மண்டுவுக்கும் புத்திமதி சொல்லிடுங்களேன்." என்று தாழ்மையுடன் கேட்டுக்கொண்டான்.

ஒரு கணம் யோசித்த தாத்தா, பாடலை மாற்றிப் பாடினார்.
**"குட்டிப் பையன் மண்டு
மண்டுக் கருகில் வண்டு
வண்டில் பலவகை உண்டு
வருதொன்று பார் உருண்டு
கொன்றை இலைத் துண்டு
கொடுத்தால் தின்னும் வண்டு
நூறு ஆயிரம் ஆண்டு
நன்மை செய்யும் வண்டு
நலிந்தால் நஷ்டம் உண்டு
நலம் காத்தல் நன்று"**

பாடலைக் கேட்ட கபிலனும் அகிலனும் ஆச்சரியம் அடைந்தார்கள். முகம் சிரிப்பால் மலர்ந்தது. வள்ளியப்பா தாத்தா சொல்லித்தந்த பாடலை திரும்பத் திரும்பப் பாடி, பயிற்சியெடுத்துக்கொண்டார்கள். பாடலைப்

பாடியபோதெல்லாம், விவரித்துச் சொல்ல முடியாத சிறுசிறு மாற்றங்கள் மனதுக்குள் பிறந்ததை உணர்ந்தார்கள். உயிர்களின் மீதான அன்பு, கருணை ஆகிய பண்புகளின் தேவை குறித்த எண்ணம் துளிர் விட்டது.

"வாழ்த்துக்கள் தம்பிகளே! நீங்கள் இங்குவந்து ரொம்ப நேரமாகிவிட்டது. வீட்டில் உள்ளவர்கள் தேடுவார்கள். இருவரும் திரும்பிச் செல்வது நல்லது." என்று அறிவுரை சொன்னார் தாத்தா.

வள்ளியப்பா தாத்தாவை விட்டுப் பிரிய மனமில்லாத இருவரும் கடைசியில் சம்மதம் தெரிவித்தார்கள். தாத்தா, மேகங்களைக் கடந்து வந்து, கபிலனையும் அகிலனையும் பூமிக்கு அருகில் இறக்கிவிட்டுச் சென்றார்.

பலகாரம் மட்டுமல்ல, பாடல்களும் இனிக்கும் என்பதைப் புரிய வைத்திருந்தார் வள்ளியப்பா தாத்தா.

குழந்தைக்கவிஞர், அழ. வள்ளியப்பா 2,000 க்கும் மேலான குழந்தைப் பாடல்கள் எழுதியுள்ளார்.

மலரும் உள்ளம், சின்னஞ்சிறு பாடல்கள், நீலா மாலா, சிரிக்கும் பூக்கள் போன்ற புத்தகங்கள் அடங்கும்.

பாலர் மலர், டமாரம், சங்கு, பூஞ்சோலை, கோகுலம் இதழ்களின் ஆசிரியராக இருந்தார்.

அழ. வள்ளியப்பா அவர்களின் நூல்கள் நாட்டுடைமை ஆக்கப்பட்டுள்ளன.

http://tamilvu.org/ta/library-nationalized-html-naauthor-82-235739 என்ற தளத்தில் அவரது புத்தகங்களை வாசிக்கலாம்.

சிபியின் சபதம்

சிபி, அவசர அவசரமாக வீட்டுக்குள் நுழைந்தான். உடை மாற்றிக்கொண்டான்.

அந்த சத்தம் கேட்டு, சமையல் அறையிலிருந்த அம்மா வெளியே வந்தார்.

"அம்மா, டிபன் ரெடியாச்சா?" அதிகாரத்தோடு கேட்டான்.

"கொஞ்சம் பொறுத்துக்கோ சிபி, இதோ தயாராயிடும்"

"சீக்கிரமாத் தாங்கம்மா. மாறுவேடப் போட்டிப் பயிற்சிக்கு நேரமாச்சு. எனக்காக எல்லோரும் காத்திருப்பாங்க." அவசரப்படுத்தினான்.

அம்மா, சமையல் அறைக்குத் திரும்பும்வரை காத்திருந்தான். சட்டென்று, அலமாரியைத் திறந்து கையில் கிடைத்த பணத்தை உருவி எடுத்துக்கொண்டான். அம்மா திரும்பிப் பார்க்காத நேரத்தில் அத்தனையும் நடந்து முடிந்தது. எதுவும் நடக்காததுபோல வெளியே கிளம்பிச் சென்றான்.

சிபி, 'அன்புப்பாளையம்' அரசுப் பள்ளியில் ஆறாம் வகுப்புப் படிக்கிறான். வகுப்பில் சுமாராகத்தான் படிப்பான். ஒரேஒரு கெட்ட பழக்கம் இருந்தது. ஆசைப்பட்ட பொருட்கள் எங்கு இருந்தாலும் திருடி வைத்துக்கொள்வான். அவற்றை, ஒளித்து வைத்து தேவையான நேரத்தில் எடுத்து உபயோகிப்பான்.

வகுப்பில், மற்ற மாணவர்களின் பென்சில்களைத் திருடுவான். ஆசிரியரிடம் பிடிபடுவான். மன்னிப்புக் கேட்பான். வருத்தம் தெரிவித்து அழுவான். பிறகு, மறுபடியும் ஒரு நாள் தெரியாமல் திருடுவான். பெற்றோர், மகனைத் திருத்தும் முயற்சியில் ஈடுபட்டார்கள்.

சில நாட்களுக்கு முன்பு அந்தச் சம்பவம் நடந்தது. அப்பா, நண்பர் ஒருவரைச் சந்திக்க அவரது வீட்டுக்கு மகனையும் அழைத்துச் சென்றார். அங்கு, ஓர் அழகான ஜெய்ப்பூர் பேனா மேசைமீது இருந்தது. சிபி, அதைத் திருடி கால்சட்டைக்குள் மறைத்துக் கொண்டான்.

திடீரென்று, அப்பாவின் பேச்சைக் குறித்துக்கொள்ள வீட்டு உரிமையாளர் பேனாவைத் தேடினார். நீண்ட நேரம் தேடியும் பேனா கிடைக்கவில்லை. தொலைந்திருக்கும் என்று பேசாமல் விட்டு விட்டார்.

இரண்டு நாட்களுக்குப் பிறகு, சிபியை பள்ளியிலிருந்து திரும்பும் வழியில் சந்தித்தார். அவன் தனது சட்டையில் சொருகி வைத்திருந்த பேனா தன்னுடையது என்று தெரிந்துகொண்டு கோபத்தில் திட்டினார். சிபியின் பெற்றோர், அவரிடம் மன்னிப்புக் கேட்டார்கள். சிபியின் தவறை எண்ணி வேதனை அடைந்தார்கள். தனிமனித ஒழுக்கத்தைப் பற்றிய தகவல்களுடன் புத்திமதி சொன்னார்கள்.

அன்று மாலை, பள்ளி ஆண்டு விழா நிகழ்ச்சிகளில் சிபியின் பெற்றோர் கலந்துகொண்டார்கள்.

பள்ளியின் தாளாளர், பிரபல மனநல மருத்துவர் ஒருவரை சிறப்பு விருந்தினராக அழைத்து வந்திருந்தார். அவர், சிபியின் தந்தைக்கு நெருங்கிய நண்பர். கலை நிகழ்ச்சிகள்

ஆரம்பமாவதற்கு முன்பு மேடையில் இருந்தவர்கள் பேசினார்கள். முதலில், சிறப்பு விருந்தினர் பேசினார்.

"அன்புச் சிறுவர்களே! நாளைய தமிழகத்தின் நம்பிக்கை நட்சத்திரங்களே!" என்றவுடன் பலத்த கரவொலி கூட்டத்திற்கு மத்தியிலிருந்து எழுந்தது.

"எதிர்காலத்தில், உங்களில் ஒருவர் தலைவராகவும், பொறியாளராகவும், மருத்துவராகவும், சமூக சேவகராகவும் உருவாகப்போகிறீர்கள். பள்ளிப் படிப்பைத்தவிர மற்றவர்களிடம் அன்பு செலுத்தக் கற்க வேண்டும். பேச்சாற்றல் எழுத்தாற்றல் ஆகியவற்றை வளர்த்துக்கொள்ள வேண்டும்." என்றவர் சிறிது நேர அமைதிக்குப் பிறகு மறுபடியும் பேச்சைத் தொடர்ந்தார்.

"சில பிள்ளைகளுக்கு, அடுத்தவர் பொருளைத் திருடிக்கொள்வது பழக்கமாக இருக்கும். அது பற்றிய மருத்துவ உண்மையை இங்கு பதிவு செய்ய விரும்புகிறேன்." என்றார்.

சிபியின் நெஞ்சில், 'பக்'கென்று தீ பற்றியதுபோல இருந்தது. அப்பாதான், நடந்த உண்மைகளை அவரிடம் சொல்லி இருப்பார் என்று சந்தேகித்தான்.

மருத்துவர் பேச்சைத் தொடர்ந்தார்:

"இந்தப் பழக்கத்தை 'கிலெப்டோ மேனியா' என்று சொல்வார்கள். இது, ஒரு நரம்பு தொடர்புடைய நோய். சின்னச் சின்னப் பொருட்களைத் திருடி ஒளித்து வைத்துக்கொள்வது, சிலருக்குப் பழக்கமாகிவிடும். இந்த மாதிரியான தவறுகள், கடைசியில் ஆபத்தை விளைவிக்கக் கூடியதாகும். 'பலநாள் திருடன் ஒருநாள் பிடிபடுவான்' என்ற ஒரு பழமொழி உண்டு. 'கிலெப்டோமேனியா' என்ற நோய் கண்டுள்ள சிறுவர்கள், பிற்காலத்தில் பெரிய திருடனாகவும் கொள்ளைக்காரனாகவும் மாறும் அபாயம் உள்ளது. எனவே, சின்னச்சின்ன பொருட்களை திருடி வைத்துக்கொள்ளும் பழக்கம் உள்ளவர்கள் உடனடியாக அதை விட்டுவிடுதல் நல்லது. வாழ்த்துக்கள்." என்று முடித்துக்கொண்டார்.

சிபி, இதயத்தில் முள் தைத்ததுபோல உணர்ந்தான். தன் தவறுகளின் விளைவுகள் பற்றி கொஞ்சம் கொஞ்சமாகப் புரிந்தது.

சிறிது நேரத்தில், கலை நிகழ்ச்சிகள் ஆரம்பமாயின. முதலில், சிபியின் நாடகம் அரங்கேறியது. சிபி, ஒரு மருத்துவரைப்போல நடித்தான். அதன் பிறகு, சிறுமிகளின் நடன நிகழ்ச்சிகள், ஆங்கில நாடகம், என்று பல கலை நிகழ்ச்சிகள் இடம் பெற்றன. கடைசியில், சிறப்பாக நடித்த மாணவர்களுக்குப் பரிசு அறிவிக்கப் பட்டது.

சிபி, முதல் பரிசைத் தட்டிச் சென்றான். விருந்தினராக வந்திருந்த மருத்துவர், அவனை ஆசிர்வதித்து பரிசை வழங்கினார். விலையுயர்ந்த வெளிநாட்டுப் பேனாக்கள் நிறைந்த பரிசுப்பெட்டி அது. விழா முடிந்தவுடன் பெற்றோருடன் சேர்ந்து, மருத்துவரைத் தனியாகச் சந்தித்தான் சிபி.

"ஐயா! என்னை மன்னிச்சுடுங்க. நான், இனிமேல் மற்றவர்கள் பொருட்களைத் திருட மாட்டேன். இந்தக் கெட்ட பழக்கத்தால் உண்டாகும் தீமைகளைப் பற்றி விளக்கமாகத் தெரிந்துகொண்டேன். திருந்தி நடப்பேன்" என்று சொல்லி அழுதான்.

சற்றும் எதிர்பார்த்திராத அவனது பெற்றோர் மகிழ்ச்சி அடைந்தார்கள்.

"இன்று, சிபி மேடையில வாங்கின பரிசு பெரிதில்லை. செய்த தவறை உணர்ந்து திருத்திக்கொள்வதாக சொன்ன முடிவு பாராட்டுக்கு உரியது. இதுதான், எங்களுக்குக் கிடைத்த பெரிய பரிசு." என்ற அப்பா, சிபியைத் தோள்களுக்குமேல் தூக்கிக்கொண்டார்.

பேனா பிறந்த கதை!

'லத்தீன்' மொழியில் 'பென்னா' என்றால் 'இறகு' என்று பொருள். 'பென்னா' என்ற வார்த்தைதான், ஆங்கிலத்தில் 'பென்' என்றும் தமிழில் 'பேனா' என்றும் மாறியது. ஐந்தாம் நூற்றாண்டு முதல் 'இறகுப் பேனா' வை பயன்படுத்தினார்கள். 1809 ம் ஆண்டு 'ஜோசப் பிராமா' பறவை இறகை வெட்டி, மை ஊற்றி எழுதும் பேனாவுக்கான 'நிப்' ஐ வடிவமைத்தார். 1882 முதல் எந்திரத்தின் துணையால் உருக்கு 'நிப்' செய்யப்பட்டது. 1883 ல் 'வாட்டர்மேன்' என்பவர் எல்லோரும் பயன்படுத்தக்கூடிய 'ஊற்றுப்பேனா'வைக் கண்டு பிடித்தார். பேனாக்கள் புதிய புதிய வடிவம் பெற்றன. 1938 ல் ஹங்கேரியைச் சேர்ந்த 'லாஸ்லோ பைரோ'வும் அவரது தம்பி 'ஜியார்ஜி'யும் 'பந்து முனை' (Ballpoint) பேனாவைக் கண்டுபிடித்தார்கள். இப்போது நாம் பயன்படுத்தும் வழு வழு 'பந்து முனைப் பேனா', 'மார்செல் பிச்' என்பவரால் கண்டு பிடிக்கப்பட்டது.

மரங்கொத்தி முத்தமிட்ட உலகம்

நா ன், பிறந்து சில நாட்களேயான குஞ்சுப்பறவை. அம்மா மரங்கொத்தியின் அரவணைப்பில் வாழ்கிறேன். அம்மா, மரங்கொத்தக் கற்றுத்தந்தார். அம்மா சொல்லித்தந்தபடி மரங்களைத் துளையிட்டேன். அம்மா, வியந்து பாராட்டினார்.

ஒரு நாள், அம்மா கருங்காலி மரத்துக்குக் கூட்டிச் சென்றார். அம்மாவுடன் சேர்ந்து மரப்பட்டையைப் பிரித்தெடுக்கப் பழகினேன். உள்ளே சில புழுக்களும், பூச்சிகளும் ஒளிந்துகொள்வதற்கான இடம்தேடி ஓடின. இருவரும், ஆசைதீரப் புழுக்களைச் சாப்பிட்டோம்.

காட்டிலுள்ள மரங்களின் பெயர்களை அம்மாவிடம் கேட்டுத் தெரிந்துகொண்டேன். இலைகளைப் பார்த்து, மரத்தின் பெயரைச் சொல்லும் அளவுக்கு அறிவை வளர்த்துக்கொண்டேன்.

எனக்கொரு சந்தேகம். அம்மாவிடம் கேட்டேன்:

"இதே மரத்தில் ஒரு பச்சைநிறப் பறவையைப் பார்த்தேன். அதுவும் மரத்தைத் துளையிடுமா? புழுப் பூச்சிகளைச் சாப்பிடுமா?" என்றேன்.

"அது, பச்சைக்கிளி. மரத்தில் காய்க்கும் பழங்களைச் சாப்பிட்டு உயிர் வாழும். மரங்கொத்திகளைத் தவிர மற்ற பறவைகளுக்கு மரத்தைத் துளையிடத் தெரியாது." என்பதைச் சொன்னார்.

"மரங்கொத்திகள் பழங்களைச் சாப்பிடுமா?"

"உலகில், இருநூறு வகை மரங்கொத்திகள் உள்ளன. அவற்றின், வாழ்க்கை முறையில் சிறிது வித்தியாசங்கள் உள்ளன. சில மரங்கொத்திகள், பழங்களைஉண்டு வாழ்கின்றன. தமிழ் நாட்டிலுள்ள மரங்கொத்திகள் புழு, பூச்சிகளை மட்டுமே சாப்பிட்டு வாழ்கிறோம்." என்று விவரித்தார்.

அப்படியெனில், மரத்தை துளையிடும் திறமை எனக்கு மட்டுமே உண்டு. யாரும் என்னை எதிர்க்க முடியாது என்று கண்மூடித்தனமாக நம்பினேன்.

ஒரு நாள், அம்மா வெளியே சென்றிருந்தார். அவசர அவசரமாக இன்னொரு துளை உருவாக்கத் திட்டமிட்டேன். 'டொக்...டொக்' என்ற சத்தம், வேறுசில பறவைகளுக்கு இடையூறாக இருந்தது. அவை, "கிக்கிக்கீ! குக்..கொக்..குக்" என்று கோபித்துக்கொண்டன. வெறித்துப் பார்த்தன. எனக்குள், பயம் தொற்றிக்கொண்டது.

திடீரென்று, ஒரு ஆந்தை அருகில் வந்து உட்கார்ந்தது. கண்களை உருட்டி, மிரட்டிச் சொன்னது:

"பகல் நேரத்தில் உறங்கிக்கொண்டிருக்கும் குஞ்சுகளை நிம்மதியாக உறங்க விடு. மரத்தைக் கொத்துவதை உடனடியாக நிறுத்திக்கொள்." என்றது.

ஆந்தைக்குப் பயந்து, கிளைக்குப் பின்பக்கம் பதுங்கிக்கொண்டேன். மைனா, இருவாயக்குருவி, கருஞ்சிட்டு, காக்கா, குயில் போன்ற மற்ற பறவைகளும் என்னிடமிருந்து

விலகிப் போயின. மனம் உடைந்து போனேன். அழுகை வந்துவிட்டது. கிறீச்சிட்டு அழுதேன்.

உச்சிக்கிளையிலிருந்து கவனித்த பச்சைக்கிளி, பறந்துவந்து ஆறுதல் சொன்னது:

"நான் உனக்கு உதவுகிறேன். இந்தப் புழுவைச் சாப்பிடு." என்ற கிளி, ஒரு புழுவைத் தந்து உதவியது.

இருவரும், நீண்ட நேரம் காட்டைப் பற்றியும் மரங்களைப் பற்றியும் பேசினோம். காட்டில் நடந்த வினோதங்களை, பச்சைக்கிளி விவரித்துச் சொன்னது. அது, என்னிடம் ஒரு கேள்வி கேட்டது:

"காடு முழுவதும் மரங்கள் எப்படி வளர்ந்தன தெரியுமா?"

சிறிது நேரம் யோசித்துப் பார்த்தேன். சரியான பதில் தெரியாமல் திணறினேன்.

"முயற்சி செய்து பார்." என்று சொல்லிவிட்டு, கிளி பறந்துபோனது.

மாலையில், அம்மாவிடம் நடந்த கதையை விவரித்தேன். அம்மா, உணவு தந்து தூங்க வைத்தார். அந்த சந்தோசத்தில், கிளிகேட்ட கேள்விக்கான பதிலை அம்மாவிடம் கேட்க மறந்தே போனேன்.

மாலையில், மரத்துக்குத் திரும்பிய ஒரு சாம்பல் குருவியைப் பார்த்தேன். பயத்தோடு நகர்ந்து அருகில் சென்றேன். சன்னமான குரலில் வணக்கம் சொல்லிவிட்டுப் பேசினேன்:

"காடு முழுவதும் மரங்கள் எப்படி வளர்ந்தன தெரியுமா? சொல்லித் தாயேன்."

"செடிகளிலிருந்து முளைத்தன." என்று பதில் சொல்லிவிட்டு, குருவி கூட்டுக்குத் திரும்பியது. அதுவும் சரிதான். மரங்கள் இதற்கு முன்னால் செடிகளாக இருந்தன. அப்படியானால், 'செடிகள் எப்படி முளைத்தன?. அச்சச்சோ, குருவியைக் கேட்க மறந்து விட்டேனே'

விடை தெரியாமல் தவித்தேன். மரத்தில் அமர்ந்திருந்த காகத்தைச் சந்தித்தேன்.

"மன்னிக்கவும். எனக்கொரு சந்தேகம். செடிகள் எப்படி முளைத்தன?" என்று கேட்டேன்.

காகம் அமைதியாக இருந்தது. அதற்குள், ஒரு குயில் வந்து சேர்ந்தது. அதைத் தொடர்ந்து புறா, கரிச்சான் குருவி என பறவைகள் கூட்டம் கூடின. அங்கு வந்த புறா சொன்னது:

"மரங்களில் பழுக்கும் பழங்களைப் பறவைகள் சாப்பிடுகின்றன. பறவைகளின் எச்சத்தில் விதைகள் வெளியேறுகின்றன. அவை, மண்ணில் புதைந்து செடிகளாக வளர்கின்றன."

ஆச்சரியமாக இருந்தது. இத்தனை சிறிய பறவைகள், காடு முழுவதும் மரங்கள் வளர்வதற்குக் காரணமாக இருக்குமா? வியப்போடு பார்த்தேன்.

தொடர்ந்து பேசிய குயில் சொன்னது:

"சுற்றுப்புறத்தில் வீசும் காற்று, விதைகளை காட்டின் பல பகுதிகளுக்குக் கொண்டுசேர்க்கிறது." என்றது.

சந்தேகத்தைத் தீர்த்துவைத்த புறாவுக்கும் குயிலுக்கும் நன்றி சொன்னேன். மரத்தில் வாழும் மற்ற பறவைகளுடன் பொழுதைக் கழித்தேன்.

'பறவைகளின் உதவியால் வளர்ந்த மரங்கள், பறவைகளுக்கு உதவி செய்கின்றன. தங்குவதற்கு இருப்பிடம், உண்ண உணவு போன்றவற்றைத் தருகின்றன' என்பதையும் கற்றுத் தந்தன. கருங்காலி மரத்தில் வாழும் பறவைகள், என்னை நண்பனாக ஏற்றுக்கொண்டன.

அன்றுமாலை வீடு திரும்பிய அம்மாவிடம் சொன்னேன்:

"அம்மா! பறவைகள் இல்லாமல் காடு இல்லை. காடுகள் இல்லாத ஓர் உலகமும் இருக்க முடியாது." என்றேன்.

அம்மா, இறக்கையை விரித்து தலைகோதி விட்டார். பிறகு, முத்தமிட்டார்.

ஒரு மனிதன் சுவரில் ஆணி அடிக்க எவ்வளவு பலம் தேவையோ அவ்வளவு பலத்தைத் திரட்டி மரங்கொத்திகள் மரத்தைத் துளையிடுகின்றன.

மரங்கொத்தி, ஒரு நொடிக்கு 20 முறை மரத்தைக் கொத்தும்.

மரங்கொத்திகளின் மூளை, கனமான மண்டை ஓட்டுக்குள் வைக்கப்பட்டுள்ளது, மண்டை ஓட்டின் அடிப்பாகத்தில் மெத்தைபோல திசுக்கள் உள்ளன. மரத்தைக் கொத்தும்போது உண்டாகும் அதிர்வுகளால், தலை சேதமடையாமல் தடுக்கின்றன.

மரங்கொத்திகளால் மரத்துக்கு சேதம் உண்டா? என்றால் இல்லை எனலாம். மரத்துக்கு சேதம் விளைவிக்கும் புழு பூச்சிகளைக் கண்டறிந்து உண்ணுவதால் நன்மையே உண்டாகிறது.

மரத்துக்கு முளைக்குமா தாடி ?

தோட்டத்துக்கு வந்துசேர்ந்த சுனிதா, வேப்பமரத்தை அண்ணாந்து பார்த்தாள். உச்சிக்கிளை ஒன்றில், புதிதாக ஏதோ முளைத்திருந்தது. அது, விநோதமாக இருந்தது. அப்படியொரு அதிசயத்தை முன்பு எப்போதும் அவள் பார்த்ததில்லை. அது, என்ன என்பதை உடனடியாகக் கேட்டுத் தெரிந்துகொள்ளவேண்டும்.

சுனிதா, தாத்தாவைத் தேடி ஓடினாள். தாத்தா, செடிகளுக்குப் பக்கத்தில் உட்கார்ந்து களை பறித்துக்கொண்டிருந்தார்.

"தாத்தா! அந்த வேப்பமரத்தைப் பாருங்களேன். மரத்துக்குத் தாடி மொளைச்சிருக்கு." என்றாள்.

உலகுக்குத் தெரியாத ஒர் உண்மையைக் கண்டறிந்த உற்சாகத்தில் இருந்தாள் சுனிதா.

'இவளுக்கு என்னவாயிற்று? குழப்புகிறாள்.' என நினைத்தார் தாத்தா. ஆனாலும், அவருக்குச் சிரிப்பு வந்தது. பேத்திக்கு எதிரில் சிரித்தால், கேலி செய்வது போலாகிவிடும். அந்த ஏளனம், அவளுடைய தன்னம்பிக்கையைச் சிதைப்பதாக அமைந்துவிடும் என்று எண்ணினார்.

தாத்தா, சுனிதாவின் முதுகைத் தட்டிக்கொடுத்துவிட்டுச் சொன்னார்:

"மரங்களுக்கு, மீசையோ தாடியோ முளைக்காதுடா."

"அதோ! அந்த மரக்கிளையைப் பாருங்க. அப்பா முகத்தில வளர்ந்திருக்கிற தாடிமாதிரி கறுப்பாத் தெரியுதே." என்றாள். மரத்தை உற்றுக் கவனித்த தாத்தாவுக்கு, அது என்னவென்று புரிந்தது.

"சுனிதா, அது தேன்கூடு. 'தேனடை'ன்னும் சொல்வாங்க" என்றார். தேனீக்கள் வடிவமைத்த தேன்கூடு, மரத்துக்கு முளைத்த தாடியைப்போல இருந்தது.

"இல்லை தாத்தா. அது, அப்பாவோட தாடிமாதிரியே இருக்கு. மரத்தோட தாடி." என்று பிடிவாதமாகச் சொன்னாள் சுனிதா.

'மறுத்துப் பேசினால் சின்னஞ்சிறுமி வேதனை அடைவாள். சரியான நேரம் பார்த்துப் புரியவைக்கவேண்டும்' என்று தீர்மானித்த தாத்தா, "ஆமாம், அதை மரத்தோட தாடின்னு சொல்லலாம்." என்றார்.

எதிர்பார்த்த பதில் கிடைத்தவுடன், சுனிதா உற்சாகம் அடைந்தாள். அம்மா, பாட்டி, சித்தி, சித்தப்பா ஆகியோரைச் சந்தித்து மரத்துக்குத் தாடி முளைத்த கதையைச் சொல்லிப் பெருமைப்பட்டாள்.

அதே நேரத்தில், வெளியே சென்றிருந்த அப்பா வீடு திரும்பினார். தாடி முளைத்த மரத்தின் கதையை, மகள் விளக்கிச்சொல்லக் கேட்டறிந்தார்.

உரையாடலுக்கு நடுவே, சுனிதாவுக்கு மறுபடியும் ஒரு சந்தேகம் எழுந்தது.

"மரத்துக்கு மொளச்ச தாடி, தாத்தாவோட தாடிமாதிரி வெள்ளையாக மாறுமா?" என்று கேட்டாள்.

சுனிதாவின் கேள்வி, கூடியிருந்தவர்களை வியப்பில் ஆழ்த்தியது. அவளின் கற்பனைத் திறனை மெச்சிப் பாராட்டாமல் இருக்கமுடியாது.

சுனிதாவின் அப்பா, அதற்குப் பதில்சொல்லத் தெரியாமல் தயங்கினார்.

"சுனிதா! முதல்ல மரத்துக்கு தாடி மொளச்சது எப்படின்னு தெரிஞ்சுக்கலாம். பிறகு, அது வெள்ளையாகுமான்னு பார்க்கலாம்." என்று சமாளித்த தாத்தா, சுனிதாவை தனியாகக் கூட்டிச்சென்றார். தேனீக்கள் பற்றி விவரித்தார்.

"தேனீக்கள், பூக்கள்ல இருந்து தேன் சேகரிக்கிற ஒருவகை ஈஇனத்தைச்சேர்ந்த பூச்சி. வாயில்சுரக்கும் மெழுகைக்கொண்டு தேனீக்கள் கூடு கட்டுகின்றன. பூக்களில் இருந்து உறிஞ்சிக் கொண்டுவரும் ஒவ்வொரு துளித் தேனையும், அந்தக் கூட்டில் சேகரிக்கின்றன,"

"தேன்கூடு எப்படி இருக்கும்? மைனா, புறா, குருவி கட்டுற கூடுமாதிரி இருக்குமா?"

"இல்லை, ஒன்னோட காதில இருக்கிற கம்மல் அளவுக்கு, சின்னச்சின்ன அறுகோண அறைகள் வெச்சுக் கட்டின கூடு. ஒரு தேன்கூட்டில $80,000$ த்தில இருந்து $1,00,000$ வரையிலும் தங்கும் அறைகளை ஈக்கள் வடிவமைக்கின்றன. அந்த அறைகள் முழுவதிலும் பலலட்சம் தேனீக்கள் தங்கியிருக்கின்றன.

அதனால அந்தத் தேன்கூடு, மரத்தோட தாடி மாதிரி தெரியுது." என்று விவரித்தார்.

"ஓ! அப்படியா." என்ற சுனிதாவுக்கு சில உண்மைகள் புரியவந்தன. மனதில் பதிய வைத்துக்கொண்டாள்.

"தேன் கூடுகள்ல இருந்து பிழிஞ்சு எடுக்கிற தேன், கடைகளில் விற்கப்படுகிறது." என்றார் தாத்தா.

எதிரில், தேன்கலந்த பால் தம்ளருடன் தோட்டத்துக்கு வந்த பாட்டி நின்றுகொண்டிருந்தார். அவரும், தேனீக்களைப் பற்றிய தகவல்களைப் பகிர்ந்தார்.

"செடிகளும் மரங்களும் வளர்வதற்குத் தேனீக்களும் ஒரு காரணம். ஒரு பூவிலிருந்து இன்னொரு பூவுக்கு, மகரந்தத்தைக் கொண்டுபோய்ச் சேர்க்கிற வேலையைத் தேனீக்கள் செய்கின்றன. அப்படிச் செய்யவில்லையென்றால் இந்த பூமியில் மரங்களே வளராம போயிடும்." என்றார் பாட்டி. சுனிதா, தேனீக்கள் செய்யும் உதவிகளை எண்ணி பெருமிதம் அடைந்தாள்.

வெளியே வானம் இருட்டிக்கொண்டு வந்தது. தாத்தாவும் பேத்தியும் பேசியபடியே வீட்டுக்குள் நுழைந்தார்கள்.

"உலகத்தில தேனீக்களோட எண்ணிக்கை குறைஞ்சிக்கிட்டே வருது." என்றார் தாத்தா. அதைக்கேட்டவுடன் அதிர்ச்சி அடைந்த சுனிதா, கண் கலங்கினாள்.

"யாரு தாத்தா தேனீக்கள கொல்லுறாங்க? உலகத்தில தேனீக்களே இல்லாமபோனா என்ன ஆகும்?"

"மனிதர்களோட பேராசையால, காடுகள் வேகமாக அழிக்கப்பட்டு வருது. மரங்களை வெட்டுறது, இரசாயன பூச்சிக்கொல்லி மருந்து தெளிக்கிறதால, தேனீக்கள் சீக்கிரமே செத்துப்போகின்றன. கடந்த சில ஆண்டுகளில், உலகிலுள்ள

மூன்றில் ஒரு பங்கு தேனீக்கள் இறந்துவிட்டன." என்று, சொல்லி முடித்தார் தாத்தா.

தேனீக்கள் அழியாமல் தடுப்பதற்கு ஏதாவது செய்யவேண்டும் என்ற எண்ணம் சுனிதாவின் இதயத்தில் துளிர் விட்டது.

உடைமாற்றச் சென்ற அப்பாவைச் சந்தித்தாள்.

"தேன்கூட்டப் பற்றியும் தேனீக்களப் பற்றியும் தாத்தா பாட்டி சொன்னதெல்லாம் புரிஞ்சதா? இப்போமரத்தோட தாடி வெள்ளையாகுமான்னு பார்க்கலாமா?" என்றவர் கையிலொரு நீளமான குச்சியை எடுத்தார். அதன் ஒரு முனையில் பழைய துணியைச்சுற்றிக்கட்டினார். அப்பா செய்வதை ஆச்சரியத்தோடு பார்த்துக்கொண்டிருந்த சுனிதா கேட்டாள்.

"என்னப்பா! மாயா ஜாலம் செய்து காட்டப் போறீங்களா?" என்றாள்.

"அதெல்லாம் இல்லை. இந்தத் துணியில தீப்பொருத்தி வெச்சு, அந்தப் புகையை தேன்கூட்டுக்குப் பக்கத்தில காட்டினால், எல்லாத் தேனீக்களும் கூடைவிட்டுக் கலைந்து போயிடும். தேன்கூடு மட்டுமே மிஞ்சும். அதைப் பார்க்க, மரத்தோட வெள்ளைத் தாடி மாதிரியே இருக்கும்." என்றார் அப்பா.

சுனிதாவுக்கு அழுகை வந்துவிட்டது.

"வேணாம்பா, எனக்கொன்னும் மரத்தோட தாடியை வெள்ளையாப் பார்க்க வேணாம். தோட்டத்தில நிறைய நிறைய தேனீக்கள வளர்க்கிறது எப்படின்னு சொல்லிக் கொடுங்கப்பா. தேனீக்கள் அழியாமக் காப்பாத்துவோம்" என்ற சுனிதாவை, அள்ளியெடுத்து முத்தம் தந்தார் அப்பா!

தேனீ எப்படி தேன் தயாரிக்கிறது?

தேனீக்களின் அறிவியல் பெயர் 'ஆபிஸ் மெல்லிஃபெரா'. தேனீக்கள் பூக்களில் உள்ள பழச்சாறை (குளுகோஸ்) உறிஞ்சி, நாக்கின் பின்பகுதியில் உள்ளபையில் சேகரித்துக் கொள்கின்றன. கூட்டுக்குப் பறக்கும் வழியில், பழச்சாறுடன் சேர்த்து நாக்கில் சுரக்கும் எச்சிலைக் கலந்து தேன் தயாரிக்கின்றன. கூட்டில் சேமித்து வைக்கின்றன. வேலைக்காரத் தேனீக்கள் மட்டுமே இப்பணியைச் செய்கின்றன. தேனீக்களின் அடிவயிற்றில் சுரப்பிகள் உள்ளன. அதிலிருந்து சுரக்கும் மெழுகை வைத்து அறுகோண வடிவக் கூட்டைக் கட்டுகின்றன. கணித ரீதியாக அறுகோண வடிவத்தில், அதிக அளவிலான பொருட்களைச் சேமிக்கலாம். எனவே தேன்கூடு ஓர் அறிவியல் அதிசயம். உலகில் கெட்டுப்போகாத ஒரே உணவு தேன் மட்டுமே.